മുത്തശ്ശി

muthassi
drama
•
pirappancode murali
•
first edition
february 2011
•
typesetting
megha
•
published
chintha publishers, thiruvananthapuram
•

•
cover
black mole
•

വിതരണം

ദേശാഭിമാനി ബുക്ക് ഹൗസ്

H O തിരുവനന്തപുരം-695 001

ബ്രാഞ്ചുകൾ

ഓവർബ്രിഡ്ജ് തിരുവനന്തപുരം • കെ എസ് ആർ ടി സി ബസ് സ്റ്റേഷൻ ആലപ്പുഴ • കെ എസ് ആർ ടി സി ബസ് സ്റ്റേഷൻ എറണാകുളം • ഐ ജി റോഡ് കോഴിക്കോട് • മാവൂർ റോഡ് കോഴിക്കോട് • എൻ ജി ഒ യൂണിയൻ ബിൽഡിങ് കണ്ണൂർ • സെൻട്രൽ ബസ് ടെർമിനൽ കോംപ്ലക്സ് താവക്കര കണ്ണൂർ • മച്ചിങ്ങൽ ലെയ്ൻ തൃശൂർ

CO - 1548 / 2644

മുത്തശ്ശി

നാടകം

പിരപ്പൻകോട് മുരളി

ചിന്ത പബ്ലിഷേഴ്സ്
തിരുവനന്തപുരം-695 035

പിരപ്പൻകോട് മുരളി

തിരുവനന്തപുരം ജില്ലയിൽ പിരപ്പൻകോട് 1943 ജൂൺ 12ന് ജനനം. അച്ഛൻ എൻ ശങ്കരനാരായണക്കുറുപ്പ്. അമ്മ എൽ ഭാരതിഅമ്മ. കവി, ഗാനരചയിതാവ്, നാടകകൃത്ത്, നാടക സംവിധായകൻ, പ്രഭാഷകൻ, അധ്യാപകൻ, ഗ്രന്ഥശാലാ പ്രവർത്തകൻ, രാഷ്ട്രീയ പ്രവർത്തകൻ എന്നീ നിലകളിൽ പ്രസിദ്ധൻ. കേരള സർവകലാശാലാ സെനറ്റംഗം. കാലടി ശ്രീ ശങ്കരാചാര്യ സംസ്കൃത സർവകലാശാലാ സിൻഡിക്കേറ്റ് അംഗം. കേരളാ സ്റ്റേറ്റ് ലൈബ്രറി കൗൺസിൽ എക്സിക്യൂട്ടീവ് കമ്മിറ്റി അംഗം. *ഗ്രന്ഥാലോകം* മാസികയുടെ മുഖ്യ പത്രാധിപർ. കേരള സംഗീത നാടക അക്കാദമി എക്സിക്യൂട്ടീവ് കമ്മിറ്റി അംഗം. സംഗീതനാടക അക്കാദമി മുഖമാസികയായ *കേളി* പത്രാധിപസമിതി അംഗം. കേരള സംസ്ഥാന സാക്ഷരതാമിഷൻ സംസ്ഥാന എക്സിക്യൂട്ടീവ് കമ്മിറ്റി അംഗം. 1979-1984 മാണിക്കൽ പഞ്ചായത്ത് പ്രസിഡന്റ്. 1990 തിരുവനന്ത പുരം ജില്ലാ കൗൺസിൽ അംഗം. 1996 മുതൽ 2006 വരെ കേരള നിയമ സഭാംഗം. സി പി ഐ(എം) തിരുവനന്തപുരം ജില്ലാസെക്രട്ടറി എന്നീ നിലകളിൽ പ്രവർത്തിച്ചിരുന്നു.

തോന്നയ്ക്കൽ കുമാരനാശാൻ നാഷണൽ ഇൻസ്റ്റിറ്റ്യൂട്ട് നിർവാഹക സമിതി അംഗം, പുരോഗമന കലാസാഹിത്യസംഘം സംസ്ഥാന എക്സി ക്യൂട്ടീവ് കമ്മിറ്റിയംഗം, പ്രൊഫ. എൻ കൃഷ്ണപിള്ള ഫൗണ്ടേഷൻ ഗവേണിങ് ബോഡി അംഗം, മലയാള മിഷൻ അനൗദ്യോഗിക അംഗം, കേരള ഗ്രന്ഥശാലാ സഹകരണസംഘം പ്രസിഡന്റ്, ജനസംസ്കൃതി നാടകസംഘം പ്രസി ഡന്റ്, സി പി ഐ(എം) കേരള സംസ്ഥാനകമ്മിറ്റി അംഗം, കേരള കർഷക സംഘം സംസ്ഥാനകമ്മിറ്റി അംഗം എന്നീ നിലകളിൽ പ്രവർത്തിച്ചുവരുന്നു.

25 നാടകങ്ങൾ രംഗത്ത് അവതരിപ്പിച്ചിട്ടുണ്ട്. 1989 ൽ ഏറ്റവും നല്ല നാടകഗാനരചയിതാവിനുള്ള സംസ്ഥാന അവാർഡ്. 1990ൽ നാടകരച നയ്ക്കുള്ള സാഹിത്യ അക്കാദമി അവാർഡ്. 1998-ലെ ഏറ്റവും നല്ല നാട കഗാനരചനയ്ക്കുള്ള സംസ്ഥാന അവാർഡ്. 2000 ൽ നാടകരചനയ്ക്കും സംവിധാനത്തിനുമുള്ള സംസ്ഥാന സ്പെഷൽ ജൂറി അവാർഡ്. 2008 ലെ നാടകഗാനരചനയ്ക്കുള്ള സംസ്ഥാന അവാർഡ്. നാടകരചനയ്ക്ക് (*സഖാവ് ഇ എം എസ്*) അബുദാബി ശക്തി അവാർഡ്, പാട്യം ഗോപാ ലൻ അവാർഡ്, എ പി കളയ്ക്കാട്ട് അവാർഡ്. 2009 ൽ നാടകരചനയ്ക്കും സാക്ഷാത്കാരത്തിനുമുള്ള സ്പെഷൽ ജൂറി അവാർഡ്.

പ്രസിദ്ധീകരിച്ച മറ്റു കൃതികൾ: *രക്തപുഷ്പങ്ങൾ*, *അഗ്നിപുഷ്പ ങ്ങൾ*, *ഉണർത്തുപാട്ടുകൾ*, *സംഘഗാനം*, *സംഘഗാഥ* (ഗാനസമാ ഹാരങ്ങൾ), *തോറ്റം* (നാടകീയകാവ്യം), *സ്വാതിതിരുനാൾ*, *സഖാവ്*, *സഖാവ് ഇ എം എസ്*, *എ കെ ജി: വിപ്ലവത്തിന്റെ രക്തനക്ഷത്രം*, *ജന നായകൻ*, *മലയപ്പുലയനും ഇ എം എസും*, *ഭഗത്സിങ്*, *പഴശ്ശിരാജ*, *വേലു ത്തമ്പി* (നാടകങ്ങൾ), *ഭഗത്സിങ്ങിന്റെ കനൽവഴികൾ* (ജീവചരിത്രം).

ഭാര്യ	:	പി രാധാദേവി
മകൾ	:	സ്മിതാമുരളി
ചെറുമകൾ	:	അക്ഷര

എനിക്ക് പറയാനുള്ളത്

മു_ത്തശ്ശി_ എന്റെ ഇരുപത്തി അഞ്ചാമത് നാടകമാണ്. 1960ൽ എഴുതിയ _ദാഹിക്കുന്ന മണ്ണാണ്_ എന്റെ ആദ്യ നാടകം. എന്റെ നാട്ടിൻപുറത്തെ ഒരു കുടിയൊഴിപ്പിക്കലായിരുന്നു പ്രമേയം. അന്നുമുതൽ ഇന്നുവരെ ഞാനെഴുതിയിട്ടുള്ള എല്ലാ നാടകങ്ങളും എന്റെ രാഷ്ട്രീയ പ്രവർത്തനത്തിന്റെ ഭാഗമാണ്. മണ്ണിനും പെണ്ണിനും മേൽ നടക്കുന്ന അതിക്രമങ്ങൾക്കും മർദിതജനതയുടെ മേലുള്ള പീഡനങ്ങൾക്കുമെതിരെയാണ് ഞാൻ രംഗവേദിയെ പ്രയോജനപ്പെടുത്തിയിട്ടുള്ളത്. നാടു നന്നാക്കാനുള്ള ഉപകരണമാണ് എനിക്ക് നാടകം.

വയക്തിക പ്രേമത്തിന്റെയും സ്ത്രീസ്വാതന്ത്ര്യത്തിന്റെയും മലയാളത്തിലെ ആദ്യത്തെ പ്രതിനിധിയാണ് ഒയ്യാരത്തു ചന്തുമേനോന്റെ _ഇന്ദുലേഖ._ ആ നോവലിന്റെ നൂറാം ജന്മവർഷത്തിൽ _ഇന്ദുലേഖ_യെ സഹൃദയർക്ക് പരിചയപ്പെടാൻ രംഗവേദിയിൽ ഞാൻ പുനർജനി നൽകി. ആത്മത്യാഗം ചെയ്തും രാജ്യത്തിന്റെ പൊതുതാൽപ്പര്യം സംരക്ഷിച്ച ധീരനായികയാണ് സി പി രാമൻപിള്ളയുടെ _മാർത്താണ്ഡവർമ_യിലെ 'സുഭദ്ര.' _മാർത്താണ്ഡവർമ_ എന്ന ചരിത്രാഖ്യായികയുടെ ശതാബ്ദിവേളയിൽ ഞാൻ 'സുഭദ്രയെ' രംഗവേദിയിൽ അവതരിപ്പിച്ചു. ഇതാ ഇപ്പോൾ ചെറുകാടിന്റെ _നാണിമിസ്ട്രസി_നെ - കേരളത്തിലെ വിപ്ലവേതിഹാസമായ _മുത്തശ്ശി_യിലെ നായികയായ നാണിമിസ്ട്രസിനെ ആ ആഖ്യായികയുടെ അമ്പതാം പിറന്നാളിൽ ഞാൻ രംഗവേദിയിലേക്ക് കൊണ്ടുവന്നിരിക്കുന്നു.

_മുത്തശ്ശി_ നാടകമാക്കുന്നു എന്നറിഞ്ഞപ്പോൾ ചിലരെങ്കിലും അതിന്റെ പ്രസക്തിയിൽ സംശയാലുക്കളായിരുന്നു. മണ്ണിന്റെയും പെണ്ണിന്റെയുംമേൽ എന്തു നെറികേടും കാണിക്കുന്ന ജന്മിത്തം. അതിന്റെ പരുക്കൻ ഉപകരണങ്ങളായ കാര്യസ്ഥന്മാരും കുറ്റിപ്പിരിപ്പുകാരും നെറിയും

മുറയുമില്ലാത്ത അഴിമതിക്കാരായ പ്രൈവറ്റ്സ്കൂൾ മാനേജർമാർ, ജന്മി വീട്ടിലെ കന്നുകാലി മേയ്പ്പുകാരെക്കാൾ പീഡിപ്പിക്കപ്പെടുന്ന അടിമക ളായ അധ്യാപകർ, ഖദറിട്ടാൽ തല്ലുകൊള്ളുന്ന കാലത്ത് കോൺഗ്രസാ വുകയും അതു കരിഞ്ചന്തക്കാരുടെയും ദേശദ്രോഹികളായ ജന്മിമാരു ടെയും വിശ്വസ്ത സംഘടനയായപ്പോൾ, ഖദറുപേക്ഷിച്ച് കമ്യൂണിസ്റ്റായ വർ, കമ്യൂണിസ്റ്റായതുകൊണ്ട് പൊലീസിന്റെയും ഗുണ്ടകളുടെയും ആക്രമണവും പൊലീസ് മർദനവും അമ്മപെങ്ങമ്മാരുടെ ചാരിത്ര്യധ ്വംസനവും അനുഭവിക്കേണ്ടിവന്ന ത്യാഗിവര്യന്മാരായ നേതാക്കൾ. അവ രുടെ രോമാഞ്ചജനകമായ ഒളിവുജീവിതങ്ങൾ ഇതെല്ലാം അടങ്ങിയ ഇതി ഹാസമാനങ്ങളുള്ള ഒരു ആഖ്യായികയാണ് ചെറുകാടിന്റെ *മുത്തശ്ശി.*

ഒരുകാര്യം സത്യമാണ്, വസ്തുതയാണ്, നമ്മുടെ സാമൂഹ്യപശ്ചാ ത്തലമാകെ മാറിയിരിക്കുന്നു. ഭൂബന്ധങ്ങളിൽ വന്ന മാറ്റം അത്ഭുതകര മാണ്. അതു മനുഷ്യബന്ധങ്ങളിലും വലിയ മാറ്റംവരുത്തിയിരിക്കുന്നു. എന്നാൽ ഈ മാറ്റങ്ങളൊന്നും സ്വയംഭൂക്കളല്ല. എല്ലാം ത്യജിച്ച്, എല്ലാം സഹിച്ച് ഈ തിന്മകൾക്കെതിരെ പൊരുതിയ ഒരു ജനശക്തി ഇവിടെ ഉണ്ടായിരുന്നു. അതിൽ ആണും പെണ്ണുമുണ്ട്. അവർക്കു നേതൃത്വം കൊടുത്ത ധീരോദാത്തന്മാരുണ്ട്. അവരാണ് പഴയതു പലതിനേയും പരാ ജയപ്പെടുത്തി പുതിയ ജീവിതക്രമം ഇവിടെ പടുത്തുയർത്തിയത്. അതി നു നേതൃത്വം നൽകിയവരെ ഈ തലമുറ നേരിട്ട് അറിയണം. അവർ പൊരുതിക്കയറിയ വർഗസമരങ്ങളുടെ ചോരച്ചാലുകളിലാണ് ഇന്നത്തെ (പരിമിത) ജനാധിപത്യം പൊൻകതിരിട്ടത്. ഇതുതന്നെ താൽക്കാലിക മാണ്. എത്രകാലത്തേക്ക് എന്നറിയില്ല, ഇവിടെനിന്ന് അങ്ങോട്ട് പുതിയ രൂപത്തിൽ ആ വർഗസമരം നമുക്കു മുന്നോട്ടു കൊണ്ടുപോകണം. അതിനു പുരോഗമനശക്തികൾക്കുള്ള പ്രചോദനമാണ് *മുത്തശ്ശി*യിലെ ഗോപാലനും നാണിമിസ്ട്രസും ബാലനും മുത്തശ്ശിയും മറ്റും.

അറുപത്തിരണ്ട് അധ്യായങ്ങളും അറുനൂറിലേറെ പേജുകളും നൂറി ലേറെ കഥാപാത്രങ്ങളും കടലുപോലെ ആഴവും പരപ്പും ഉൾക്കൊള്ളുന്ന ഈ നോവൽ കേവലം പത്തൊൻപതു കഥാപാത്രങ്ങളും പതിനഞ്ചു ദൃശ്യങ്ങളും രണ്ടുമണിക്കൂർ കാലദൈർഘ്യവുമുള്ള ഒരു ദൃശ്യശിൽപ്പ മാക്കുമ്പോൾ ഒരുപാടു പരിമിതികൾ ഉണ്ടാകുമെന്നു പ്രത്യേകം പറ യേണ്ടതില്ലല്ലോ. എന്നാൽ ഈ നോവൽ വായിച്ചിട്ടുള്ള ഒരാളെയും നിരാ ശപ്പെടുത്താതെ ചെറുകാടിന്റെ ഈ അനശ്വര കൃതിക്ക് രംഗഭാഷ്യം നൽകാൻ കഴിഞ്ഞു എന്നാണ് എന്റെ എളിയ വിശ്വാസം.

ഒരർഥത്തിൽ എന്റെ *മുത്തശ്ശി* നാടകം നോവലിന്റെ ഒരു പുനരാ ഖ്യാനമാണ്. ഒപ്പം ഒരു പുതിയ വ്യാഖ്യാനവും. ചെറുകാട് ഈ ആഖ്യാ യിക എഴുതുന്ന കാലത്ത് കാലിക പ്രാധാന്യമുള്ള ഒരു ജീവൽപ്രശ്ന മായിരുന്ന പ്രൈവറ്റ്സ്കൂൾ മാനേജർമാരും അധ്യാപകരും തമ്മിലുള്ള ഏറ്റുമുട്ടലും പിരിച്ചുവിടലും അതിനെതിരായ സമരങ്ങളും കള്ളക്കേ

സുകളും പൊലീസ് മർദനവും ജയിൽവാസവും അന്ന് ഒരു നിത്യ സംഭവമായിരുന്നു. ചെറുകാടും അദ്ദേഹത്തിന്റെ ജീവിതപങ്കാളിയും നേരിട്ടനുഭവിച്ചവയാണ് അവയൊക്കെ. തന്റെ ജീവിതസഖിയുടെ 'മോൾഡിലാണ്' ചെറുകാട് നാണിമിസ്ട്രസിന്റെ ശിൽപ്പംതന്നെ ഒരുക്കിയിട്ടുള്ളത്. എന്നാൽ ഇന്ന് പ്രൈവറ്റ് സ്കൂൾ സംബന്ധിച്ച വിഷയം ആ രീതിയിൽ ഒരു സജീവപ്രശ്നമല്ല. നോവലിനോട് നീതിപുലർത്താൻ അതു നാടകത്തിലുൾപ്പെടുത്തിയാൽ, നാടകത്തിന്റെ തീവ്രത നഷ്ടപ്പെടും. അതുകൊണ്ട് ആ വിഷയം ബോധപൂർവം ഞാൻ സൂചനകളിലൊതുക്കി.

എന്നാൽ അന്നത്തെ കൃഷിക്കാർ ഉയർത്തിയ മണ്ണുമായി ബന്ധപ്പെട്ട പ്രശ്നങ്ങളും അധികാരിവർഗത്തിന്റെ മർദനസംവിധാനങ്ങളും ചൂഷിതരായ കൃഷിക്കാരുടെ സംഘടനയും അതിന്റെ വക്താക്കളായി ഉയർന്നുവന്ന ഗോപാലനും ബാലനും ചാത്തുനായരും ഇക്കാലത്തും പ്രസക്തരാണ്. സ്ത്രീയുടെ മോചനവും സ്വാതന്ത്ര്യവും വ്യക്തിത്വവും ഏതുകാലത്തേയും സജീവപ്രശ്നങ്ങളാണ്. ഇവിടെയാണ് ചെറുകാടിന്റെ 'നാണിമിസ്ട്രസിന്റെ' കാലാതിവർത്തിയായ പ്രസക്തി നാം കാണുന്നത്. ഒപ്പം കാലത്തിന്റെ മാറ്റം ഒരു കണ്ണാടിപ്പലകയിലെന്നപോലെ പ്രതിഫലിപ്പിക്കുന്ന *മുത്തശ്ശി*യുടെ ചിത്രീകരണവും. ഇതിനോടകം നിരവധി വേദികളിൽ നാടകം വിജയകരമായി അവതരിപ്പിച്ചു. ഉന്നത രാഷ്ട്രീയനേതാക്കളും സാഹിത്യനായകരും സാധാരണക്കാരുമായ നിരവധി ആളുകൾ കേരളത്തിന്റെ പല പ്രദേശങ്ങളിലുംവച്ച് ഈ നാടകം കണ്ടു. അവരിലൊരാളും ചില 'നാടകപണ്ഡിതന്മാരായ' 'ബുദ്ധിജീവികൾ' ശങ്കിച്ചപോലെ ഈ നാടകത്തിന്റെ പ്രസക്തിയെക്കുറിച്ച് ഒരു സംശയവും ഉന്നയിച്ചതായി അറിയില്ല.

ഈ നാടകത്തിൽ എന്റെ ശ്രദ്ധ മുഴുവൻ ഞാൻ നാണിമിസ്ട്രസിലാണ് കേന്ദ്രീകരിച്ചത്. എന്തെല്ലാം പ്രതിബന്ധങ്ങൾ നേരിട്ടാണ് നാണി വളർന്ന് നാണിമിസ്ട്രസ് എന്ന അധ്യാപകനേതാവും രാഷ്ട്രീയനേതാവുമായി ഉയർന്നത്. 'തിരണ്ടാൽ പഠിക്കാൻ പാടില്ല' എന്ന മുത്തശ്ശിയുടെ ആദ്യത്തെ വിലക്കു ലംഘിച്ച് അവൾ എട്ടാംതരം പാസായി. 'തലയും മുലയും' വന്ന അവളെ ഉടനെ സംബന്ധം ചെയ്യിച്ച് അവളിൽ ഒരു കുട്ടി ഉണ്ടായി കാണണം.' മുത്തശ്ശിയുടെ ആ ആഗ്രഹം അവളെ കുട്ടപ്പൻനായരെന്ന വയോവൃദ്ധന്റെ ഭാര്യയാക്കി. കെട്ടുതാലി പൊട്ടിച്ചെറിഞ്ഞ് അവൾ സ്വതന്ത്രയായി ആലിമുസ്ലിയാരുടെ സ്കൂളിൽ അധ്യാപികയായി. മാമൂലിനു വിരുദ്ധമായി കുടുംബത്തിൽ പിറന്ന ഒരു നായർ പെൺകുട്ടി വീടിനുപുറത്ത് സ്വന്തമായി പണിയെടുത്തു ജീവിക്കാൻ തീരുമാനിച്ചു. അധ്യാപകസംഘത്തിലും വായനശാലാ പ്രവർത്തനത്തിലും മുഴുകിയ അവളെ കാര്യസ്ഥനും കുറ്റിപ്പിരിവുകാരനും പാട്ടക്കിഴിവിനുവേണ്ടി സമർപ്പിക്കാൻ സ്നേഹമയിയായ മുത്തശ്ശിക്കു ഒരു മനഃസാക്ഷിക്കുത്തുമുണ്ടായില്ല. പക്ഷേ, സ്വഭാവദാർഢ്യമുള്ള ആ പൊതുപ്രവർത്തക എല്ലാ ചതിക്കുഴി

കളും ധീരോദാത്തമായി താണ്ടിക്കടന്നു. കമ്യൂണിസ്റ്റ് നേതാക്കളായ രാഘവൻ നായരെയും ഗോപാലനെയും ആരാധിച്ചു. സഹപ്രവർത്തക നായ ചാത്തുനായരെ വരിച്ചു. കള്ളക്കേസിൽ കുടുക്കിയ സ്വന്തം ആങ്ങ ളയ്ക്കുവേണ്ടി പൂർണ ഗർഭിണിയായിരുന്ന കാലത്തു ജയിലിൽ കിടന്നു. അതുകണ്ട് കണ്ണുനിറഞ്ഞ സ്വന്തം ഭർത്താവിനെ ശാസിച്ചുകൊണ്ടവൾ പറഞ്ഞു. "നമ്മളെയാരും നിർബന്ധിച്ച് കമ്യൂണിസ്റ്റുപാർട്ടിയിൽ ചേർത്ത തല്ലല്ലോ? അതുകൊണ്ടു കരച്ചിൽ നിർത്താൻ." ഇങ്ങനെ ഒരുപാടു മു ഹൂർത്തങ്ങളിലൂടെ പുതിയ സ്ത്രീത്വത്തിന്റെ പ്രതീകമായി 'നാണിമി സ്ട്രസിനെ' ഞാനീ നാടകത്തിൽ അവതരിപ്പിക്കാനാണ് ശ്രമിച്ചിട്ടുള്ളത്. അതിൽ വിജയിച്ചു എന്നാണ് എന്റെ എളിയ അവകാശവാദം!

മുത്തശ്ശി നാടകമായി അവതരിപ്പിക്കുമ്പോഴും പുസ്തകരൂപത്തിൽ പ്രസിദ്ധീകരിക്കുമ്പോഴും എനിക്കേറെ കടപ്പാടുള്ള ഒരു വ്യക്തിയുണ്ട്. അനശ്വരനായ ചെറുകാടിന്റെ മകൾ ചിത്ര. നാടകമാക്കി രൂപപ്പെടുത്താൻ കുടുംബത്തിൽനിന്ന് അനുവാദം വാങ്ങിത്തരിക, നാടകസ്ക്രിപ്റ്റ് വായിച്ച് എനിക്ക് ആത്മവിശ്വാസം പകരുക, പരിശീലന ക്യാമ്പ് ഉദ്ഘാടനം ചെയ്യുക, ഏറ്റവുമൊടുവിൽ നാടകകൃതിക്ക് ഒരു അവതാരിക എഴുതി ത്തരിക തുടങ്ങി ഈ നാടകത്തിന്റെ മർമപ്രധാന കാര്യങ്ങൾക്ക് എന്നെ സഹായിച്ച എന്റെ ഉടൽപ്പിറപ്പിനെപ്പോലെ എനിക്ക് സ്നേഹവും ബഹു മാനവുമുള്ള പ്രൊഫ. സി പി ചിത്രയ്ക്ക് എങ്ങനെ നന്ദിപറഞ്ഞാലും മതിയാവില്ല. നോവലിനെയും നാടകത്തെയും താരതമ്യം ചെയ്തു കൊണ്ട് ഒരു പഠനം എഴുതിത്തന്ന പ്രശസ്ത പത്രപ്രവർത്തകയായ ജെസ്സിനാരായണന് എന്റെ സ്നേഹവും നന്ദിയും രേഖപ്പെടുത്തുന്നു.

ഈ നാടകത്തിന്റെ സ്ക്രിപ്റ്റ് വായിച്ച് ആവശ്യമായ തിരുത്തലു കൾക്ക് എന്നെ സഹായിച്ച എന്റെ ഗുരുനാഥൻ മലയാളത്തിന്റെ മഹാ നായ കവി പ്രൊഫ. ഒ എൻ വി കുറുപ്പ്, അദ്ദേഹത്തിന്റെ സഹധർമിണി എനിക്കു ഗുരുതുല്യയായ ശ്രീമതി പി പി സരോജിനി, മഹാമനീഷിയായ സ. പി ഗോവിന്ദപ്പിള്ള എന്നിവരോടും എനിക്ക് തീർത്താൽ തീരാത്ത കടപ്പാടുണ്ട്.

ഭാരിച്ച ഉത്തരവാദിത്തവും ജോലിത്തിരക്കുകളും ഉണ്ടായിട്ടും നാടകത്തിന്റെ റിഹേഴ്സൽ ക്യാമ്പിലെത്തി, റിഹേഴ്സൽ പൂർണമായി ക്കണ്ട് ഞങ്ങളെ പ്രോത്സാഹിപ്പിച്ച കേരളത്തിന്റെ ബഹുമാനപ്പെട്ട മുഖ്യ മന്ത്രി, പുന്നപ്ര-വയലാർ സമരനായകൻ സ. വി എസ് അച്യുതാനന്ദന്റെ വാത്സല്യത്തിന് മുമ്പിൽ ശിരസുകുനിച്ചുനിൽക്കാനേ കഴിയുന്നുള്ളൂ.

ഈ നാടകം വിജയകരമായി രംഗത്തവതരിപ്പിച്ചുകൊണ്ടിരിക്കുന്ന തിരുവനന്തപുരം *ജനസംസ്കൃതി*യിലെ അനുഗൃഹീതരായ കലാകാര ന്മാരെ ഞാൻ അഭിമാനത്തോടെ അനുസ്മരിക്കുന്നു. 'നാണിമിസ്ട്ര സായി' വേഷമിട്ട സുനിഷയെയും മുത്തശ്ശിയായി വേഷമിട്ട ചേർത്തല ജയലക്ഷ്മിയെയും ഞാൻ പ്രത്യേകം ഓർക്കുന്നു.

ജനസംസ്കൃതി നാടകസംഘത്തിന്റെ ജീവാത്മാവും പരമാത്മാവുമായ ജി മധു, നാടകപരിശീലനത്തിന് ഞങ്ങൾക്കെല്ലാ സൗകര്യവും ചെയ്തുതന്ന വെഞ്ഞാറമൂട് രംഗപ്രഭാതിന്റെ ഡയറക്ടർ, പ്രിയപ്പെട്ട ഗീത എന്നിവർക്കും ഞാൻ പ്രത്യേകം നന്ദി രേഖപ്പെടുത്തുന്നു.

ഈ നാടകകൃതിയുടെ പ്രസിദ്ധീകരണച്ചുമതല ഏറ്റെടുത്ത *ചിന്ത* പബ്ലിഷേഴ്സ് ഭാരവാഹികളോടും എനിക്ക് തീർത്താൽ തീരാത്ത കടപ്പാടുണ്ട്.

ഒരുപിടി രക്തപുഷ്പങ്ങൾക്കുപകരം ഞാനീ നാടകശിൽപ്പം അനശ്വരനായ ചെറുകാടിന്റെ ജ്വലിക്കുന്ന സ്മരണയ്ക്കുമുമ്പിൽ ആദരപൂർവം സമർപ്പിക്കുന്നു.

പിരപ്പൻകോട് മുരളി

അവതാരിക

മുത്തശ്ശി നാടകമാകുമ്പോൾ

സി പി ചിത്ര

അറുപത്തി രണ്ട് അധ്യായങ്ങളിലായി പരന്നുകിടക്കുന്ന ഒരു നോവലിനെ നാടകമാക്കുക എന്നത് വളരെ സാഹസികമായ ഒരു ദൗത്യമാണ്. സാമൂഹിക പ്രശ്നങ്ങളെ തീർത്തും നാടകീയമായ സന്ദർഭങ്ങളിലൂടെ അവതരിപ്പിക്കുന്ന നാടകകൃത്തു കൂടിയായ നോവലിസ്റ്റാണ് ചെറുകാട് എന്നതുകൊണ്ട് നാടകീയസന്ദർഭങ്ങൾ വീണുകിട്ടും എന്നൊരു സൗകര്യവുമുണ്ട്. *മുത്തശ്ശി*യുടെ അമ്പതാം വാർഷികവേളയിലാണ് സഖാവ് പിരപ്പൻകോട് മുരളിയുടെ ഈ നാടകസംരംഭം.

കേരളത്തിലെ കർഷകപ്രസ്ഥാനത്തിന്റെ അധ്യാപകപ്രസ്ഥാനത്തിന്റെ സാമൂഹ്യമുന്നേറ്റത്തിന്റെ അതുമായി ബന്ധപ്പെട്ട് ഉരുത്തിരിഞ്ഞു വന്ന സമുദായപരിഷ്കരണങ്ങളുടെ സ്ത്രീസ്വത്വ രൂപീകരണത്തിന്റെ എല്ലാം കഥപറയുന്ന *മുത്തശ്ശി* ആ കാലഘട്ടത്തിലെ ജനതയുടെ സാംസ്കാരിക പ്രതികരണം കൂടിയാണ്. സ്വാതന്ത്ര്യബോധത്തിന്റെയും മനുഷ്യബന്ധങ്ങളുടെയും ഇഴയടുപ്പങ്ങളും ഈ നോവലിലുണ്ട്.

പീഡിതമായ കാലത്തെ എങ്ങനെ അതിജീവിക്കാമെന്നതിന്റെ ജീവനമന്ത്രം കൂടിയായി കലാസൃഷ്ടികളെ മാറ്റേണ്ടതുണ്ട്. ഈ ബൃഹത്തായ നോവലിനെ നാടകമാക്കുമ്പോൾ സ. പിരപ്പൻകോട് മുരളിയുടെ ദൗത്യവും ഇതുതന്നെയാണ്. സാംസ്കാരിക അധിനിവേശത്തിന്റെ വല്ലാത്ത കാലത്തിലൂടെ കടന്നുപോകുമ്പോൾ ഇടതുപക്ഷത്തുപോലും അതിന്റെ പ്രതിഫലനങ്ങളുണ്ടാകുമ്പോൾ ഈ നാടകത്തിന് സംവദിക്കാൻ ഏറെയാണ്. നാടകം ഇന്നും പ്രതികരിപ്പിക്കുന്ന മാധ്യമംതന്നെയാണെന്ന 'ജനസംസ്കൃതി' അവതരിപ്പിച്ച തന്റെ നാടകങ്ങളിലൂടെ തിരിച്ചറിഞ്ഞ നാടകകൃത്താണ് സ. മുരളി.

നൂറോളം കഥാപാത്രങ്ങളുള്ള നോവൽ രണ്ടുമണിക്കൂർ നാടകമായി മാറിയപ്പോൾ പത്തൊൻപത് കഥാപാത്രങ്ങളാണ് നോവലിന്റെ സത്ത

ചോർന്നുപോകാതെ നിലനിർത്തുന്നത്. പ്രധാന കഥാപാത്രങ്ങളായ മുത്തശ്ശിക്കും നാണിമിസ്ട്രസിനും ഗോപാലനും ചാത്തുനായർക്കും പുറമെ ബാലൻ അമ്മാച്ചൻ, ആലി മുസലിയാർ, കുറ്റിപ്പിരിവുകാരൻ കുഞ്ഞൻ നായർ, കുട്ടപ്പൻ നായർ, ഇട്ട്യാരച്ചൻ നായർ, പിണ്ടാരി കേശവൻ, കത്തിക്കുത്ത് അയമു, ഹെഡ്കോൺസ്റ്റബിൾ അച്ചുതൻ നായർ, കലന്തർ സ്മാലന്റെ ഉമ്മ - ഇങ്ങനെ നോവലിൽനിന്ന് നാടകത്തിലേക്ക് അതിന്റെ സജീവത നിലനിർത്താനാവശ്യമായ കഥാപാത്രങ്ങളെത്തന്നെയാണ് തെരഞ്ഞെടുക്കുന്നത്.

നോവലിലെ പരുക്കൻ ഭാവങ്ങളെ കുറേക്കൂടി മൃദുലമാക്കാൻ നാടകകൃത്ത് ശ്രമിച്ചിട്ടുണ്ട്. നാണിയുടെ മനസിലേക്കു കടന്നുവരുന്ന രാഘവൻ നായർ, മാസ്റ്റർ ഗോപാലൻ, ചാത്തു നായർ – സ്ത്രീ മനസിൽ ഇവരുണ്ടാക്കുന്ന സംഘർഷം ഇവയൊന്നും പ്രണയവും കുടുംബബന്ധങ്ങളും വിവാഹജീവിതവുമൊക്കെ സാമൂഹ്യ യാഥാർഥ്യത്തിന്റെ ഭാഗം മാത്രമായിക്കാണുന്ന നോവലിസ്റ്റ് വേണ്ടത്ര ശ്രദ്ധിക്കുന്നില്ല. നാടകത്തിലതിന് കൂടുതൽ തരളമായ ഭാവം കൈവന്നിട്ടുണ്ട്.

കമ്യൂണിസ്റ്റ് പ്രസ്ഥാനത്തിന്റെ ഇടപെടലുകളുടെ ചരിത്രമാണ് നാടകത്തിലൂടെ പ്രധാനമായും അനാവൃതമാകുന്നത്. മണ്ണിനെയും പെണ്ണിനെയും അപമാനിക്കുന്ന ജന്മിത്തത്തിനെതിരായ പ്രതിഷേധത്തിന്റെ അലയൊലികൾ മരുമക്കത്തായ തറവാടിന്റെ അകത്തളങ്ങളിൽ മാറ്റമുണ്ടാക്കുന്നു. വിദ്യാലയത്തിലും വായനശാലയിലും നാട്ടിലുണ്ടാകുന്ന മറ്റു സാമൂഹ്യമുന്നേറ്റങ്ങളും ഫ്യൂഡൽ സ്വഭാവങ്ങളുടെ ആകെത്തുകയായ മുത്തശ്ശി സ്വത്വബോധത്തിലേക്കു വളരുന്നത് മനോഹരമായി ചിത്രീകരിക്കുന്നുണ്ട്.

നാണിയുടെ വളർച്ചയും ശക്തമായി രംഗത്തെത്തിക്കാൻ നാടകകൃത്തിന് കഴിയുന്നുണ്ട്. നാണിമിസ്ട്രസിനെയും മുത്തശ്ശിയെയും കേന്ദ്രകഥാപാത്രങ്ങളാക്കി വളരുന്ന നാടകം അവസാനിപ്പിക്കുന്നത് സഖാവ് ഗോപാലന്റെ നേതൃത്വത്തിലുള്ള മഹാഘോഷയാത്രയിലാണ്. പാരമ്പര്യത്തിന്റെ, ഈട്ടംകൂട്ടിയ തറവാടിത്തത്തിന്റെ പൊൺപണം ആ മഹാപ്രസ്ഥാനത്തിനും പുതിയ തലമുറയ്ക്കും നൽകുന്നിടത്താണ് നാടകം അവസാനിക്കുന്നത്. ഇന്നലെയുടെ ഊർജമുൾക്കൊണ്ട് ഈ കാലത്തിനോടു സംവദിക്കുന്ന കലാസൃഷ്ടിയായി ഈ നാടകം മാറിയിരിക്കുന്നു.

കേരളീയ സമൂഹം ഇതേറ്റുവാങ്ങുമെന്നു പ്രതീക്ഷിക്കുന്നു.

കഥാപാത്രങ്ങൾ

1. മുത്തശ്ശി	-	നാരകത്തുതറവാട്ടിലെ അമ്മാളുവമ്മ. മുൻകോപിയും നിശ്ചയദാർഢ്യവുമുള്ള ഒരു വൃദ്ധ. വാർധക്യം അവരെ ബാധിച്ചിട്ടില്ല. അരോഗദൃഢഗാത്ര.
2. നാണിമിസ്ട്രസ്	-	മുത്തശ്ശിയുടെ പേരക്കുട്ടി. മാളുവിന്റെ മകൾ. ആകർഷകമായ വ്യക്തിത്വം. അധ്യാപിക. സാമൂഹ്യമാറ്റത്തിന്റെ പ്രതീകം. ചൊടിയും ചുണയുമുള്ള തന്റേടിയായ ഒരു ചെറുപ്പക്കാരി.
3. ബാലൻ	-	നാണിമിസ്ട്രസിന്റെ സഹോദരൻ. ഉശിരനായ ഒരു പൊതുപ്രവർത്തകൻ. ചെറുപ്പക്കാരൻ.
4. ശങ്കരൻ നായർ	-	മുത്തശ്ശിയുടെ മകൻ. നാണിയുടെയും ബാലന്റെയും അമ്മയുടെ സഹോദരൻ. ഒരു സാധാരണ കൃഷിക്കാരൻ. മധ്യവയസ്കൻ.
5. മാളുവമ്മ	-	മുത്തശ്ശിയുടെ മകൾ. നാണിയുടെയും ബാലന്റെയും അമ്മ. മധ്യവയസിനോട് അടുത്ത പ്രായം.
6. ചാത്തുനായർ	-	അധ്യാപക പ്രസ്ഥാനത്തിന്റെയും കമ്യൂണിസ്റ്റുപാർട്ടിയുടെയും പ്രാദേശിക നേതാവ്. നാണിയുടെ ഭർത്താവ്. ധീരനും പരുക്കനുമായ ഒരു പൊതുപ്രവർത്തകൻ.
7. സഖാവ് ഗോപാലൻ	-	ധീരനും ത്യാഗിയുമായ ഒരു കമ്യൂണിസ്റ്റ് നേതാവ്. ചെറുപ്പക്കാരൻ. അധ്യാപകവൃത്തിയിലൂടെ മുഴുവൻ സമയ രാഷ്ട്രീയ പ്രവർത്തകനായി.
8. തെക്കേക്കളത്തിൽ നാരായണമേനോൻ	-	അഭ്യസ്തവിദ്യനും സമ്പന്നനും കലാകാരനുമായ ഒരു പൊതുപ്രവർത്തകൻ. സുമുഖനും സുന്ദരനുമായ ഒരു യുവാവ്.

9. പിണ്ടാരി കേശവമേനോൻ– സമ്പന്നകുടുംബത്തിൽ ജനിച്ച് തെമ്മാടിയായി നടന്ന മുടിയനായ പുത്രൻ. പിൽക്കാലത്ത് ഒരു നല്ല പാർട്ടി പ്രവർത്തകൻ.

10. കൊളത്തിങ്ങൻ കുട്ടപ്പൻനായർ – നാണിയുടെ ആദ്യഭർത്താവ്. ഒരു പഴഞ്ചൻ യാഥാസ്ഥിതിക നായർ. മധ്യവയസ്കൻ.

11. വാഴയിൽ കുഞ്ഞൻ – യുവാവായ ഒരു പാർട്ടി പ്രവർത്തകൻ.

12. കലന്തർ – കത്തിക്കുത്ത് അയമുവിന്റെ മകൻ. പാർട്ടി വിശ്വസ്തനായ ഒരു ചെറുപ്പക്കാരൻ.

13. പാറയിൽ ആലി മുസ്ലിയാർ– തെക്കുംമുറി എലിമെന്ററി സ്കൂൾ മാനേജർ. ഒരു പാർട്ടി അനുഭാവി.

14. കദീശ – സ്മാലന്റെ കെട്ടിയവൾ. നാരകത്തെ വേലക്കാരി.

15. ഇട്ട്യാരച്ചൻ നായർ – പരുത്തിക്കാട്ടു മനയ്ക്കലെ കാര്യസ്ഥൻ. സ്ത്രീലമ്പടൻ. മധ്യവയസോട് അടുത്ത പ്രായം.

16. കുറ്റിപ്പിരിവുകാരൻ കുഞ്ഞൻനായർ – പാട്ടം പിരിവുകാരൻ. ഒരു ദുർമുഖൻ. കാര്യസ്ഥന്റെ എല്ലാ വൃത്തികേടുകൾക്കും ചൂട്ടുപിടിക്കുന്നവൻ.

17. കത്തിക്കുത്ത് അയ്മു – ഒരു പൊലീസ് ഏജന്റ്. പ്രമാണിമാരുടെ ശിങ്കിടി, കലന്തറിന്റെ ബാപ്പ. മധ്യവയസ്കൻ.

18. ചിംകം ബാലകൃഷ്ണൻ നായർ – സ്ഥലം പൊലീസ് ഇൻസ്പെക്ടർ. കുപ്രസിദ്ധനായ മർദകവീരൻ.

19. ഹെഡ്കോൺസ്റ്റബിൾ അച്യുതൻ നായർ – എല്ലാ വൃത്തികേടുകളുടെയും മൂർത്തിയായ ഒരു പൊലീസുകാരൻ, മധ്യവയസ്കൻ.

നാടകകാലം – 1930–1950

നാന്ദി

ഇവിടെയിതാ ജനസംസ്കൃതി തോറ്റിയ
പുതിയൊരുമാനവധർമം
നൂറ്റാണ്ടുകളായ് മർദിതജനതതി
നെഞ്ചിലുറക്കിയ സ്വപ്നം
യുഗപരിവർത്തനസ്വപ്നം.

ഇതിലുണ്ടിന്നലെയോളം പൊരുതി-
ക്കയറിയമാനവരോഷം
അധികാരികളുടെ പീഡനമേറ്റു
തളർന്നൊരുമാനവദുഃഖം
നിന്ദിതമർദിത ദുഃഖം

ഇതിലുണ്ടിന്നും മാനവകോടികൾ
കാതോർക്കുന്നൊരുമന്ത്രം
നിത്യവസന്തം മണ്ണിലൊരുക്കിയ
ലെനിന്റെ വിപ്ലവമന്ത്രം
ഉജ്വലവിപ്ലവമന്ത്രം!

മാറ്റത്തിൻ പുതുരാഗം, താനം
പാടാൻ വന്നവർ ഞങ്ങൾ
ഉദയച്ചെങ്കതിർതേടുന്നവരേ!
ഇതിലേ...... ഇതിലേ....... ഇതിലേ.....

ദൃശ്യം ഒന്ന്

[നാരകത്ത് തറവാട്. ഒരു പടിഞ്ഞാറ്റുപുരയും മൂന്നുഭാഗം താഴ്‌വാരങ്ങളുമുള്ള ഒരു വീട്. പടിഞ്ഞാറ്റുപുരയ്ക്ക് രണ്ട് തട്ടുണ്ട്. രണ്ടാം നില വിശാലമായ തട്ടിൻപുറമാണ്. വള്ളുവനാടൻ ശൈലിയിലുള്ള ഓലമേഞ്ഞ ഒരു ഇരുനിലകെട്ടിടം.]

[രംഗദീപം തെളിയുമ്പോൾ നാരകത്തെ മുത്തശ്ശി ആരെയോ കാത്ത് തറവാടിന്റെ പൂമുഖത്ത് അക്ഷമയായി നിൽക്കുന്നു.]

വെളുത്ത് തടിച്ച, വാർധക്യം അധികം ഏശാത്ത ആരോഗ്യദൃഢഗാത്രയായ സുന്ദരിയാണ് മുത്തശ്ശി. നെറ്റിയിൽ ഭസ്മക്കുറി, കഴുത്തിൽ രുദ്രാക്ഷം, മുട്ടിനുതൊട്ടുതാഴെവരെയുള്ള അധികം മുഷിയാത്ത മുണ്ടാണ് ഉടുത്തിരിക്കുന്നത്. മാറത്ത് ഒരു തോർത്ത് വളച്ച് പിന്നിലോട്ട് ഇട്ടിട്ടുണ്ട്. ഇടതുകൈയിൽ ഒരു മുണ്ടൻവടി. സമയം ഉച്ചകഴിയുന്നു. മുത്തശ്ശി ഇടതുകൈയിലെ വടിയിലൂന്നി വലതുകൈ കണ്ണിനുമീതെ ചരിച്ചുപിടിച്ച്,]

മുത്തശ്ശി : എന്റെ നാണി രാവിലെ പോയതാണല്ലോ. അവൾക്ക് എപ്പോഴും പഠിപ്പ്-പഠിപ്പ് എന്ന ഒറ്റവിചാരമേയുള്ളൂ. സർട്ടിപ്പിറ്റ് വാങ്ങാൻപോയതാണത്രേ. ഇങ്ങനെയുണ്ടോ ഒരു പോക്ക്. അവളെ സമ്മന്തം കഴിച്ചുവിടേണ്ടകാലം കഴിഞ്ഞു. അവൾക്കു ഒരു കുട്ടി ഉണ്ടായി കണ്ടിട്ടുവേണം എനിക്കുമരിക്കാൻ.

(തോളിൽ തൂമ്പയുമായി ശങ്കരനും ബാലനും കടന്നുവരുന്നു. അതുകണ്ട് മുത്തശ്ശി)

മുത്തശ്ശി : *(മനസിലായിട്ടും - മനസിലാകാത്തമട്ടിൽ)* ആരാണവിടെ?

(ശങ്കരനും ബാലനും പ്രവേശിച്ച് വീട്ടിനകത്ത് മറ്റൊരു ഭാഗത്ത് തൂമ്പകൊണ്ടുവച്ചിട്ട് പുറത്തേക്കു വരുന്നു. ശങ്കരനാണ് ആദ്യം വരുന്നത്)

ശങ്കരൻ : *(മധ്യവയസോടടുക്കുന്ന പ്രായം. കുറ്റിമുടി മുഖ ക്ഷൗരം നടത്താത്തതുകൊണ്ട് മുഖത്ത് വെളുപ്പും കറുപ്പും ഇടകലർന്ന കുറ്റിരോമങ്ങൾ. ചെളിയുടെ നിറംപിടിച്ച ഒരു ഇരട്ടനൂൽ തോർത്താണുമുട്ടിനുമേ ലെവച്ച് ഉടുത്തിരിക്കുന്നത്)* ഇതു ഞാനാണമ്മേ ശങ്ക രൻ. അമ്മയ്ക്ക് അത്ര കാഴ്ചക്കുറവൊന്നുമില്ലല്ലോ! പിന്നെന്താ സംശയം.

മുത്തശ്ശി : ഉം. അതു നീയായിരുന്നോ? നിന്റെ കൂടെ വന്നതാരാ. *(ബാലൻ അതുകേട്ടുകൊണ്ട് അകത്തേക്കുവരുന്നു)*

ബാലൻ : *(സുമുഖനായൊരു യുവാവ്. ചെളിനിറമുള്ള മുട്ടോള മെത്തുന്ന ഒരു തോർത്ത് തന്നെയാണ് അയാളും ഉടുത്തിരിക്കുന്നത്)*
ഞാനാണു മുത്തശ്ശി, ബാലൻ.

മുത്തശ്ശി : നേരമൊന്നുമായില്ലല്ലോ. നിങ്ങളെന്താ അമ്മാവനും മരുമോനും കൂടി പണിനിറുത്തിക്കേറിക്കളഞ്ഞത്. ഇനിയും അഞ്ചെട്ടുനാഴികയുണ്ടല്ലോ അന്തിമയ ങ്ങാൻ.

ശങ്കരൻ : *(ചിരിച്ചുകൊണ്ട്)* എടാ ബാലാ...... അതാണു കാര്യം. നേരത്തെ നമ്മളു പാടത്തുന്നുകേറിയതിന്റെ ദേഷ്യാ....

മുത്തശ്ശി : *(കേൾക്കാത്തമട്ടിൽ)* നീയെന്തൊക്കെയാണു സൊകാര്യം പറേയണത്? എനിക്കുകൂടെ കേൾക്കാ വുന്നതാണെങ്കിൽ ഉറക്കെപ്പറ.

ശങ്കരൻ : എനിക്ക് ഒരഞ്ചുറുപ്യവേണം. വീട്ടില് വെളിച്ചെണ്ണേം മണ്ണെണ്ണേം പലചരക്കും ഒക്കെ തീർന്നു.

മുത്തശ്ശി : അഞ്ചു റുപ്യ നീ ഇവിടെ സമ്പാദിച്ചു തന്നിരിക്കയാ ണോ?

ശങ്കരൻ : അടയ്ക്കാവിറ്റ കാശിരിപ്പില്ലേ, അതീന്നുമതി.

മുത്തശ്ശി : അതേ, അത് നാരകത്തുതറവാടിന്റെ സ്വത്താണ്. അത് ആണുങ്ങൾക്ക് അച്ചിവീട്ടിൽ കൊണ്ടുപോയി പുളിശ്ശേരി കുടിക്കാനുള്ളതല്ല. നാരകത്തെ പെണ്ണു ങ്ങക്കും കുട്ടികൾക്കും കഞ്ഞികുടിച്ചുകിടക്കാനുള്ള താണ്.

ബാലൻ : *(മുത്തശ്ശിയോട്)* അമ്മാമ പാവമല്ലേ മുത്തശ്ശി. രാപ്പ കൽ നമുക്കു വേണ്ടിയല്ലേ പാടത്തും പറമ്പിലും കഷ്ടപ്പെടണത്!

മുത്തശ്ശി : (*ചൊടിച്ചുകൊണ്ട്*) അത്ര പാവമാണെങ്കിലേ മനക്കാരോട് കുറെക്കണ്ടം എഴുതിക്കൊടുക്കാൻ പറ. പരുത്തിക്കാട്ടുമനയ്ക്കലെ മുന്നൂറു പാട്ടത്തിന്റെ വെറും പാട്ടക്കൃഷിയും അതിന്റെ ജന്മവുമേ നാരകത്തുകാർക്കുള്ളൂ. (*അകത്തേക്കു നോക്കി*) മാളൂ.... എടീ.... മാളൂ നിന്റെ മോനേവേണോങ്കി അങ്ങോട്ടു വിളിച്ചോ.... എന്റെ നാക്ക് വല്ലാതെ ചൊറിഞ്ഞുവരുന്നു.

മാളു : (*മധ്യവയസിനോടടുത്ത സുന്ദരിയായ സ്ത്രീ. മുട്ടിനുമേൽവച്ചു മുണ്ടുടുത്ത റൗക്കപോലെയുള്ള ബ്ലൗസിട്ട ഒരു സ്ത്രീ. കാതിൽ ഒരു ചെറിയ കമ്മലും കഴുത്തിൽ 'പവൻകുഴ' കോർത്ത ഒരു കറുത്ത നൂലും*) എന്താ അമ്മ എന്നെ വിളിച്ചോ?

മുത്തശ്ശി : വിളിച്ചു..... നിന്റെ ഓപ്പയ്ക്ക് ഓന്റെ സംബന്ധവീട്ടിൽ ചെലവു നടത്താൻ നാരകത്തുകാരു പണം കൊടുക്കണംപോലും.

മാളു : അല്ലെങ്കിലും പള്ള്യാലെ നാത്തൂൻ മഹാ കൃത്രിമിയാ നമ്മളെത്തമ്മിൽ തെറ്റിക്കണമെന്ന ഒറ്റ വിചാരമേ അവൾക്കുള്ളൂ.

ശങ്കരൻ : (*ദേഷ്യത്തിൽ*) ഒക്കെക്കണക്കാ. അമ്മയും മോളും അറുത്ത കൈക്ക് ഉപ്പ് തേയ്ക്കാത്തവക. പകൽ മുഴുവൻ മാടിനെപ്പോലെ പണിയെടുത്തിട്ട്.... മതി..... മതി കുടുംബം നന്നാക്കിയത്. ഇനി ഞാനിങ്ങോട്ടില്ല. (*എന്നുപറഞ്ഞു കോപത്തോടെ ഇറങ്ങിപ്പോകുന്നു.*)

ബാലൻ : അമ്മേ, അമ്മാമയെ തിരിച്ചുവിളിക്കൂ.

മുത്തശ്ശി : പോടാ..... പോ..... അവനിന്നല്ലെങ്കിൽ നാളെ തിരിച്ചു വരും. എവിടെ പോകാൻ.

ബാലൻ : ഇതൊക്കെ കുറച്ചു കടന്നകയ്യാണ്. തള്ളയായാൽ കുറച്ചു മനുഷ്യപ്പറ്റുവേണം.

മുത്തശ്ശി : (*ദേഷ്യത്തിൽ*) ഫ..... നീയാരാടാ എന്നെ ഉപദേശിക്കാൻ. വല്ലതും ഞണ്ണണമെങ്കിൽ മര്യാദക്ക് നടന്നോളണം. ഒരു ഉപദേശക്കാരൻ.

ബാലൻ : ഓ! ഇവിടെ ആര് ഉപദേശിക്കാൻ വന്നു.

മുത്തശ്ശി : (*ഓടി അടുത്തുചെന്ന്*) (*ദേഷ്യത്തിൽ*) നീയെന്താ പറഞ്ഞത്..... ഒന്നുകൂടി പറ.

(*നാണി കൈയിൽ ഒരു കടലാസുചുരുളുമായി കടന്നുവരുന്നു. മുട്ടിനുതാഴെ വരെ വച്ച് ഉടുത്ത കരയുള്ളമുണ്ട്. കൈയിൽ കപ്പുള്ള ബ്ലൗസ്, മുടി അലസമായി പിന്നിൽ കെട്ടിവച്ചിട്ടുണ്ട്. കാതിൽ കമ്മൽ*)

(*നാണി കൈയിലിരുന്ന സർട്ടിഫിക്കറ്റ് മുത്തശ്ശിക്ക്*

നൽകിക്കൊണ്ട്.)

നാണി : ഇതാ മുത്തശ്ശി. എട്ടാംതരം പാസായ എന്റെ സർട്ടിഫിക്കറ്റ്.

മുത്തശ്ശി : (*നാണിയെ രൂക്ഷമായി നോക്കിയിട്ട്*)
ഒരു സർട്ടിപ്പിക്കറ്റ് - ഒരു സർട്ടിപ്പിറ്റ്.
(*വലിച്ചെറിഞ്ഞുകൊണ്ട്*) ഒരുത്തന്റെകൂടെ പൊറുക്കാനും ഒരു കുട്ടിയുടെ തള്ളയാകാനും പ്രായമുള്ള പെണ്ണ്. സർട്ടിപ്പിറ്റും പൊക്കിപ്പിടിച്ചു നടക്കുന്നു. എല്ലാം എന്റെ തെറ്റാണ്. തെരണ്ടു കുളിച്ചിട്ടും ഒരു സംബന്ധക്കാരനെ കണ്ടുപിടിക്കാത്തത് എന്റെ തെറ്റ്.
രാമ...... രാമ..... രാമ.... രാമ.... രാമ......
(*ദേഷ്യത്തോടെ അകത്തേക്കു പോകുന്നു.*)
(*നാണി അമ്മയെയും ബാലനെയും കാര്യം എന്തെന്നറിയാൻ ഉൽക്കണ്ഠയോടെ നോക്കുന്നു.*)

മാളു : മോളേ നാണീ, ഇത് അത്രകാര്യമാക്കേണ്ട നിനക്കറിയാമല്ലോ നിന്റെ മുത്തശ്ശിയെ.

ബാലൻ : അമ്മാമ വീട്ടുചെലവിനു പണം ചോദിച്ചതിന്റെ കലിയാ. അമ്മാമ പിണങ്ങിപ്പോയപ്പോൾ ഞാൻ തിരിച്ചു വിളിക്കാൻ പറഞ്ഞത് മുത്തശ്ശിക്കു പിടിച്ചില്ല. അതിന്റെ തുള്ളലാ.

നാണി : പാവം അമ്മാമ.... നാളെയും കുടുംബത്തൊരാവശ്യം വന്നാൽ എല്ലാം മറന്ന് അമ്മാമ ഓടിയെത്തും.

മാളു : ഓപ്പ പാവം.... പക്ഷേ ഓപ്പേടെ സമ്മന്തക്കാരി..... മഹാപെഴയാ.

നാണി : (*ചിരിച്ചുകൊണ്ട്*) ഇതാണു നാത്തൂൻപോര്. മുത്തശ്ശിയുടെയല്ലേ വിത്ത്.
(*ഈ സമയം ആലി മുസ്ലിയാർ കടന്നുവരുന്നു. വെളുത്ത് തടിച്ച് നല്ല ഉയരമുള്ള ദേഹപ്രകൃതം. നരച്ച താടി - തലക്കെട്ട് - തൂവെള്ള വട്ടക്കഴുത്തുള്ള ഫുൾകൈ ഷർട്ട് - നെഞ്ചിൽ പോക്കറ്റ്. പോക്കറ്റിൽ തടിച്ചു വീർത്ത പേഴ്സ്. വെള്ളമുണ്ട് - മെതിയടിപ്പുറത്താണു നടത്തം..... ഇന്ത്യാ ചരിത്രത്തിലെ ഔറംഗസീബിനെപ്പോലെ ഒരാൾ*).

ആലിമുസ്ലിയാർ : അമ്മക്കുട്ടിയില്ലേ ഇവിടെ - അമ്മക്കുട്ടി (*രണ്ടാമത്തെ അമ്മക്കുട്ടി*).
(*പറയുമ്പോഴേ മുസ്ലിയാർ രംഗത്തുവരുന്നുള്ളൂ*).
(*എല്ലാവരും അത്ഭുതത്തോടെ നോക്കിനിൽക്കുന്നു*).

നാണി : (*മൗനം ഭഞ്ജിച്ചുകൊണ്ട്*) ഏതമ്മക്കുട്ടി.

മുസ്ലിയാർ : നിങ്ങളല്ലേ നാണിക്കുട്ടി.
നാണി : അതെ, എന്തിനാ....
മുസ്ലിയാർ : എനിക്ക് നിങ്ങളെക്കൊണ്ട് ഒരാവശ്യമുണ്ട്.
നാണി : അതൊക്കെ മുത്തശ്ശിയോട് പറയൂ.
മുസ്ലിയാർ : മുത്തശ്ശിയെ അല്ല, അമ്മക്കുട്ടിയെയാണ് എനിക്കാവശ്യം.
നാണി : എന്നെയോ.
മുസ്ലിയാർ : അതേ.... നിങ്ങളെക്കൊണ്ടുതന്നെ.
നാണി : ഏതായാലും മുത്തശ്ശിയോടു സംസാരിക്കൂ. (*മുത്തശ്ശി അകത്തുനിന്ന്*) ആരാ..... (*രംഗത്തുവരുന്നു*) ആജിയാരാണോ?
മുസ്ലിയാർ : (*ഭവ്യതയോടെ*) ഇദാ ഇപ്പം നന്നായത്. ങ്ങള് ഞമ്മളെ അറില്ല്യേ..... പാറയ്ക്കലെ ആലിമുസ്ലിയാരെ..... നിങ്ങളെ കെട്ടിയോൻ കോന്തശ്ശാരുള്ളപ്പോൾ ഞമ്മളിവിടെ പലവട്ടം വന്നിട്ടുണ്ട്.
മുത്തശ്ശി : ഞാനറിഞ്ഞില്ല. ചെലപ്പോൾ അറ്യാരിക്കും..... ഓർമയില്ല.... പ്രായവും കുറച്ചായില്ലേ?
മുസ്ലിയാർ : (*ചിരിച്ചുകൊണ്ട്*) പ്രായത്തെക്കുറിച്ചൊന്നും പറയണ്ട, കണ്ടാൽ അത്രക്കൊന്നും തോന്നൂല്ല.
മുത്തശ്ശി : (*നാണിയോട്*) നാണിയെ നീയെന്തിനാ ഇവിടെ നാരായം വിഴുങ്ങിയപോലെ നിക്കുന്നത്. അകത്ത് കേറിപ്പോ.... (*നാണി അകത്തേക്കുപോകുന്നു*) മുസ്ലിയാർ ഇപ്പോ എന്താ ഈ വഴിയെ.
മുസ്ലിയാർ : ഞമ്മക്ക് ങ്ങളെ പേരക്കുട്ടി അമ്മക്കുട്ടീനെക്കൊണ്ട് ഒരാവശ്യമൊണ്ട്.
മുത്തശ്ശി : നിങ്ങൾക്കെന്തിനാ അവളെ.
മുസ്ലിയാർ : ഞമ്മക്കൊരു സ്കൂളുണ്ട്. അതിലവളെ ചേർക്കാനാ.
മുത്തശ്ശി : (*ചിരിച്ചുകൊണ്ട്*) അതിനവളുടെ പഠിപ്പൊക്കെ കഴിഞ്ഞൂലോ.
മുസ്ലിയാർ : പഠിക്കാനല്ല. പഠിപ്പിക്കാൻ. ഒരു മിസ്ട്രസാക്കാൻ.
മുത്തശ്ശി : അതൊന്നുംവേണ്ട. ഒരു മുസ്ലീമിന്റെ സ്കൂളിൽ.... ഞങ്ങളൊക്കെ അസൽ നായന്മാരാ. പോരെങ്കിൽ അവൾ ഒരു പെണ്ണും.
മുസ്ലിയാർ : അതിന് ഓള് സ്കൂളിൽ വരേണ്ട.
മുത്തശ്ശി : പിന്നെ.
മുസ്ലിയാർ : ഈ ഒപ്പു പുസ്തകത്തിൽ മാസാമാസം ഒപ്പു വച്ചു തന്നാൽ മതി.
മുത്തശ്ശി : അത്കൊണ്ട് നിങ്ങൾക്കെന്താ ഗുണം.
മുസ്ലിയാർ : കൊല്ലത്തോടുകൊല്ലം സർക്കാർ ഗ്രാന്റുകിട്ടും.

മുത്തശ്ശി : (*നാണിയെ വിളിക്കുന്നു*)
നാണ്യേ! ഇങ്ങോട്ടൊന്നുവായോ. (*നാണിവരുന്നു*)

മുസ്ലിയാർ : (*ഹാജർ പുസ്തകം നീട്ടിക്കൊണ്ട്*) അമ്മക്കുട്ടീ. തെക്കുംമുറി ഏലിമെന്ററിസ്കൂളിലെ അധ്യാപകരുടെ ഹാജരുപുസ്തകമാണിത്. പരുത്തിപ്പാറ ഹയർ എലമെന്ററി സ്കൂളിൽ ചെന്നപ്പോഴാണു ങ്ങള് എട്ടാതരം പാസായി സർട്ടിപ്പിക്കറ്റ് കിട്ടിയ വിവരം അറിഞ്ഞത്. അമ്മക്കുട്ടി സ്കൂളില്വരണ്ട..... ഈ രജിസ്റ്ററിൽ ഒപ്പിട്ടുതന്നാൽ മതി..... മാസാമാസം ഞമ്മളു വന്നു ഒപ്പിടീച്ചുകൊള്ളാം. (*ഹാജർ പുസ്തകവും പേനയും കൊടുക്കുന്നു. നാണി ഒപ്പിടാൻ തുടങ്ങുമ്പോൾ.*)

മുത്തശ്ശി : വരട്ടെ..... വരട്ടെ.... ഒപ്പിടാൻ വരട്ടെ ഈ കച്ചവടത്തിൽ നമുക്കെന്താ ഗുണം.

മുസ്ലിയാർ : ഉണ്ട്..... ഗുണം ഉണ്ട്. അമ്മാളുവിന് കൊല്ലത്തിൽ അഞ്ചു റുപ്യ ഞമ്മളു തരും.

മുത്തശ്ശി : അതു തീരെ കുറവാണ്.

നാണി : എനിക്കു ബ്ലൗസു വാങ്ങാൻ ഒരു റുപ്യകൂടെ കിട്ടിയാൽ.

മുസ്ലിയാർ : അമ്മക്കുട്ടിയുടെ ആഗ്രഹമല്ലേ. അതും ചേർത്ത് ആറു റുപ്യാ.

മുത്തശ്ശി : നാണി ഒപ്പുവച്ചോ.... ഒപ്പുവച്ചോ!
(*നാണി ഒപ്പുവയ്ക്കുന്നു. രംഗം ഇരുളുന്നു*)

മുസ്ലിയാർ : അമ്മാളുവമ്മേ, നിങ്ങളെ പടച്ചോൻ കാക്കും.

(*രംഗദീപം പൊലിയുന്നു*)

ദൃശ്യം രണ്ട്

നാരകത്ത് തറവാട്
(രംഗദീപം തെളിയുമ്പോൾ)
(നേരം പുലർന്നു കുറെ ആയിട്ടേയുള്ളൂ. ഒരു പാത്രത്തിൽ കുറച്ചു വെള്ളവും തുണിയുമായി തറതുടച്ചുവൃത്തിയാക്കുകയാണു നാണി. മുട്ടുകാലിൽ ഇഴയുന്ന കുട്ടിയെപ്പോലെ മുന്നോട്ടാഞ്ഞ് നാണി തറ തുടയ്ക്കുകയാണ്. അപ്പോഴാണു പരുത്തിക്കാട്ടുമനയ്ക്കലെ കുറ്റിപ്പിരിവുകാരൻ കുഞ്ഞൻനായർ കയറിവരുന്നത്. തിരിഞ്ഞിരുന്നു തറ തുടയ്ക്കുകയായിരുന്ന നാണി കുഞ്ഞൻനായരെ കാണുന്നതേയില്ല. കുഞ്ഞൻനായർ കുറെനേരം നാണിയുടെ പിന്നിൽ വന്നുനോക്കി ആസ്വദിച്ചു എന്നിട്ടറിയാതെ......)

കുഞ്ഞൻനായർ : പെണ്ണങ്ങു വളർന്നുപോയി. സമ്മന്തപ്രായം കഴിഞ്ഞു. *(കുഞ്ഞൻനായർ - കഷണ്ടിത്തല, പീളക്കട്ട മൂടിയ കണ്ണ്, മുറിക്കിച്ചോപ്പിച്ച പല്ല്, വലതുകൈയിൽ നാഗ മോതിരം, കാലിന്മേൽ തേഞ്ഞ ചെരുപ്പ്, രണ്ടേ മുക്കാൽ വീതിയുള്ള മുഷിഞ്ഞ ജഗനാഥൻമുണ്ട്, അതിന്റെ മേലെ കെട്ടിയ തോർത്ത്, മുടന്തി മുടന്തിയുള്ള നടത്തം, നാൽപ്പത് കഴിഞ്ഞ പ്രായം, വായ തുറന്നാൽ അശ്ലീല ധ്വനിയുള്ള വർത്തമാനം)*

നാണി : *(ഇരുന്നിടത്തുനിന്നും ശബ്ദംകേട്ട ഭാഗത്തേക്കുനോക്കി. എന്തോ അശ്രീകരത്തെ കണ്ടപോലെ ഞെട്ടി എഴുന്നേൽക്കുന്നു. എന്നിട്ട് ദേഷ്യത്തോടെ രൂക്ഷമായി നോക്കുന്നു).*

കുഞ്ഞൻനായർ : എന്താടീ കണ്ടിട്ടില്ലാത്തപോലെ. നോക്കി ദഹിപ്പിക്ക

ല്ലേ. നീ കലിതുള്ളി നിന്നാലും കാണാൻ നല്ല ചേലാ.... തിരിഞ്ഞിരുന്നപ്പൊ കുഞ്ഞൻ വിചാരിച്ചു കാണാനതാണ് ചേലെന്ന്. ഏടത്തൂ മുത്തശ്ശി? ഒന്നു മുറുക്കാനെടുത്തുകൊണ്ടുവാ....

നാണി : *(ഒന്നുംമിണ്ടാതെ - രൂക്ഷമായി നോക്കി അങ്ങനെ നിൽക്കുന്നു)*

കുഞ്ഞൻനായർ : എന്താടീ. ഒന്നുമുണ്ടിക്കൂടെ. നാവിലെ മുത്തുകൊഴിയോ.

നാണി : മുത്തശ്ശി അകത്തുണ്ട്. മുറുക്കാനുണ്ടോ എന്നെനിക്കറിഞ്ഞൂടാ മുത്തശ്ശിയോടു തന്നെ ചോദിക്കണം.

കുഞ്ഞൻനായർ : അമ്മാളുഅമ്മ അകത്തില്ലേ. ഇങ്ങോട്ടുവരിൻ. ആ മുറുക്കാൻ ചെല്ലവും ഇങ്ങോട്ട് എടുത്തോളിൻ.

മുത്തശ്ശി : *(അകത്തുനിന്ന്)* ആരാതു പുറത്തുനിന്ന് കൂവി വിളിക്കണത്.

കുഞ്ഞൻനായർ : ഞാനേ - ഞാൻ തന്നെ. പരുത്തിക്കോട്ടുമനയ്ക്കലെ കുറ്റിപ്പിരിവുകാരൻ കുഞ്ഞൻനായർ.

നാണി : അങ്ങട്ടുമാറി നിൽക്കൂ. ഞാൻ ബാക്കികൂടി തുടച്ചിട്ടു പോകട്ടെ.

കുഞ്ഞൻനായർ : *(ശൃംഗാര ചിരിയോടെ)* നടക്കട്ടെ, നടക്കട്ടെ, നിന്റെ തൊടപ്പ് കാണാൻ നല്ല ചേലാ....

നാണി : *(രൂക്ഷമായി നോക്കിക്കൊണ്ട്)* ഞാനിപ്പോൾ തുടച്ചു വൃത്തിയാക്കിയതാണ്. ആ ചെരിപ്പുപുറത്തിട്ടുവരൂ.

കുഞ്ഞൻനായർ : *(അനുനയത്തിൽ)* നിന്റെ നെഞ്ചൊക്കെ അങ്ങുവല്ലാതെ വളർന്നല്ലോ. എന്നിട്ടും എന്താടീ നിനക്കൊരു നായരുവരാത്തത്.

നാണി : എന്റെ എവിടെയൊക്കെ വളർന്നെന്നു അളവെടുക്കാൻ വന്നതാണോ താൻ. ദേ.... ഒരു കാര്യം. മുത്തശ്ശിയെ കാണാനോ, പാട്ടക്കുടിശ്ശിഖ പിരിക്കാനോ ആണു വന്നതെങ്കിൽ അതായിക്കോളണം. എന്റെ സമ്മന്തക്കാര്യം ഞാൻ നോക്കിക്കൊള്ളാം.

കുഞ്ഞൻനായർ : കലിതുള്ളിക്കോടി, കലിതുള്ളിക്കോ. എനിക്ക് നിന്നെ ഇങ്ങനെ കാണാനാണ് ഏറെ ഇഷ്ടം. ഒരീസം ഞാനിങ്ങോട്ട് വരണണ്ട്. അന്നു നിന്റെ ചാട്ടം ഞാൻ തീർത്ത് തരണ്ണ്ട്.

നാണി : ഞാൻ കുറ്റിച്ചൂല് എടുക്കണോ? അതോ നിങ്ങള് വായടയ്ക്കുന്നോ? *(മുത്തശ്ശി വെറ്റില ചെല്ലവുമായി പുറത്തുവരുന്നു. ചിരിച്ചുകൊണ്ടാണുവരവ്. നാണി പാത്രവും തുണിയുമെടുത്ത് അകത്തേക്കു പോകുന്നു).*

മുത്തശ്ശി : *(ഒരുകളി തമാശമട്ടിൽ)* കുഞ്ഞൻനായരേ നിങ്ങളെ

ന്തിനാണു അവളെ ഈ ചൊടിപ്പിക്കുന്നത്.

കുഞ്ഞൻനായർ : നൊമ്മുടെ കുട്ടിയല്ലേ. അവളുടെ ഈറ കാണാനും ഒരു രസാ.

(മുത്തശ്ശി വീടിന്റെ തിണ്ണയിലിരിക്കുന്നു. ഇരുന്നിട്ട്)

മുത്തശ്ശി : ഇരിക്കിൻ കുഞ്ഞൻനായരെ. *(കുഞ്ഞൻനായർ എതിർവശത്തിരിക്കുന്നു. മുത്തശ്ശി തുറന്നുവച്ച ചെല്ല ത്തിൽനിന്നുവെറ്റിലയും ചുരണ്ടിയ അടയ്ക്കയും എടുക്കുന്നു. വെറ്റിലയിൽ ചുണ്ണാമ്പു തേച്ചുകൊണ്ട്)*

കുഞ്ഞൻനായർ : ഇക്കുറി നിങ്ങളെന്തേ പാട്ടംവടിക്കാത്തത്. ഇന്നു മകരം ഇരുപത്തിയഞ്ച് ആയില്ലേ. ആ പറമ്പിന്റെ നികുതിയും അടച്ചില്ലാലോ. ഇക്കൊല്ലം കൃഷിപ്പിഴ യൊന്നുമുണ്ടായിട്ടില്ലാലോ. പഴയ ബാക്കിയിൽ പത്ത് പറ നെല്ലുകൂടി അളക്കണമെന്നാണു മനയ്ക്കലെ കാര്യസ്സൻ ഇട്ട്യാരച്ഛൻനായർ പറഞ്ഞിട്ടുള്ളത്.

മുത്തശ്ശി : അതിനെന്താ.... നെല്ല് അകത്ത് കിടപ്പുണ്ട്. മറ്റന്നാളി ങ്ങോട്ട് വന്നോളൂ, കടത്തിവടിക്കാം. വടിക്കുമ്പോൾ മനസിരുത്തണേ കുഞ്ഞൻനായരേ.

കുഞ്ഞൻനായർ : അതൊക്കെ എന്നോടുപറയണോ. കാര്യസ്സൻ മുമ്പില് ഉണ്ടെങ്കില് ഒന്നോ രണ്ടോ പറ ഒന്നമർത്തി വടിക്കും അത്രതന്നെ. അപ്പോ ആ പറമ്പിന്റെ നികു തിയോ?

മുത്തശ്ശി : ആജിയാര് അടയ്ക്കനോക്കാൻ വരണ്ണ്ട്. കച്ചവട മായാൽ അന്നുതന്നെ നികുതി കെട്ടിക്കോളാം.

കുഞ്ഞൻനായർ : *(പുറത്തുപോയി മുറുക്കാൻ തുപ്പിയിട്ട്)* അപ്പൊ നിങ്ങ ടെ നാണിയെ ഇങ്ങനെ നിർത്തിയേക്കണതു ശരി യാണോ? വല്ലാത്ത വളർച്ച.

മുത്തശ്ശി : എന്തു ചെയ്യാം കുഞ്ഞൻനായരെ - ഒരാളുവരണ്ടെ.

കുഞ്ഞൻനായർ : *(ഒരു ചെറുചിരിയോടെ)* ചവിട്ടും കുത്തുമുള്ള ജാതി യാണ് *(ഒന്നമർത്തി മൂളിക്കൊണ്ട്)* ചവിട്ടും കുത്തു മൊക്കെ ഞാൻ മാറ്റും പേരിനൊരാളുവരട്ടെ. പിന്നെ ഞാൻ കാട്ടിക്കൊടുക്കണൊണ്ട്. *(കുഞ്ഞൻനായർ പുറത്തേക്കുപോകുന്നു).*

(ദീർഘ നിശ്വാസത്തോടെ കുഞ്ഞൻനായർ പോകു ന്നതും നോക്കി നിൽക്കുന്ന മുത്തശ്ശി ദൂരെനിന്നാരോ വരുന്നത് നോക്കി ആളറിയാതെ അകത്തേക്കു നോക്കി)

മുത്തശ്ശി : മാളൂ.... എടീ മാളൂ.... ഇങ്ങോട്ടൊന്നുവായോ *(മാളു അകത്തുനിന്ന് വരാന്തയിലേക്കു വരുന്നു)*

മാളു : അമ്മ എന്നെ വിളിച്ചോ.

മുത്തശ്ശി : അതെ..... അതാ നോക്കിക്കേ, ആ രണ്ടുപേർ ഇങ്ങോട്ടല്ലേ വരുന്നത്.

മാളു : അതെ..... അതെ.... ഒന്നു ശങ്കരൻഓപ്പയും കൂടെ ഒരാളും.

മുത്തശ്ശി : ശങ്കരനോ... കൂടെ ഒരാളുമുണ്ടോ? ഒരുപക്ഷേ നാണിക്കു വല്ല സമ്മന്തക്കാരേയും കൊണ്ടുവരികയാവ്വോ? എന്തുപറഞ്ഞാലും ശങ്കരൻ കുടുമ്മത്തോടു കൂറുള്ളവനാ.

(അപ്പോഴേക്കും ശങ്കരൻമാമയും ആഗതനും പടിക്കലെത്തിക്കഴിഞ്ഞിരുന്നു. അതിഥിക്ക് കാൽ കഴുകാൻ കിണ്ടിയിൽ വെള്ളവുമായി മാളു പുറത്തേക്കു പോയി. രണ്ടുപേരും അകത്തുകയറി)

ശങ്കരമ്മാമ : ഇത് കൊളത്തിങ്ങൽ കുട്ടപ്പൻനായർ. നമ്മുടെ നാണ്യേ ഒന്നു കണ്ടുപോകാൻ വന്നതാ. നാണിയേ.... ഒരു പുൽപ്പായിങ്ങ് എടുത്തോണ്ടുവന്നോളൂ....

(മുത്തശ്ശിയും മാളുവും അകത്തേക്ക് പോകുന്നു)

(നാണി നിസ്സങ്കോചം പുൽപ്പായയുമായി വരാന്തയിലേക്കു വരുന്നു).

ശങ്കരമ്മാമ : പുൽപ്പായ ആ തിണ്ണയിലേക്ക് ഇട്.

(നാണി പുൽപ്പായ വിരിച്ച് അകത്തേക്കു പോകുന്നു. കുട്ടപ്പൻനായർ നാണിയെക്കണ്ട് കുടിച്ചിറക്കുന്നു).

കുട്ടപ്പൻനായർ : *(കറുത്ത് മെലിഞ്ഞ് കുറച്ചൊന്നകത്തേക്കുവളഞ്ഞൊരുതന്ത. പപ്പടംപോലെ മുടിവച്ച് കീഴ്ഭാഗം മുഴുവനും വടിച്ചുകളഞ്ഞതല. ഭസ്മക്കുറി, ചുവന്ന കണ്ണ്, കല്ലുവച്ച വില്ലുകടുക്കൻ, കൈവിരലുകളിൽ മോതിരം, വട്ടക്കഴുത്തുള്ള മുറിക്കുപ്പായം, ജഗനാഥൻമുണ്ട്, മേൽമുണ്ട്, കക്ഷത്ത് ഒരു കാലൻകുട)*

ശങ്കരമ്മാമ : കുട്ടപ്പൻനായരെ, പെണ്ണിനെ കണ്ടൂലോ.

കുട്ടപ്പൻനായർ : കണ്ടൂ.... കണ്ടൂ, തീരെ എളതാണ്. എങ്കിലും നല്ല മുഴുപ്പുണ്ട്. കുത്തും ചവിട്ടും ഉള്ള ജാതിയാണെന്നു തോന്നുന്നു. അതൊന്നും സാരമില്ല്യ. എന്റെ ആദ്യത്തെ സമ്മന്തക്കാരി ഇതിനെക്കാൾ കാന്താരിയായിരുന്നു. എന്നിട്ടോ, ഇരുപതു കൊല്ലം അവൾ നല്ല അടക്കത്തോടും ഒതുക്കത്തോടും എന്നോടൊത്തു ജീവിച്ചു. ഭാഗ്യദോഷം/സന്നിവാത ജ്വരമായിരുന്നു. അറിഞ്ഞില്ല, പോയില്ലേ, പിന്നെ സമ്മന്തമേ വേണ്ടെന്നുവച്ചതാണ്. ഒന്നാലോചിച്ചാൽ പത്തുദിവസം കെടന്നുപോയാൽ.... തുണിനീക്കിയിടാനെങ്കിലും ഒരാൾ വേണ്ടേ *(ദീർഘശ്വാസം വിടുന്നു)* അതുകൊണ്ടാ.

ശങ്കരൻ : എന്തായാലും നന്നായി. അവൾ ഭാഗ്യമുള്ള കുട്ടിയാ.

കുട്ടപ്പൻനായർ : പറയുമ്പോൾ ഔചിത്യക്കേടുതോന്നരുത്. അമ്മയെയാണോ മോളെയാണോ ഞാൻ നേരെ ചൊവ്വേ കണ്ടതെന്നൊരു പരവേശം.

ശങ്കരൻ : (*സാധാരണമട്ടിൽ*) അതിനെന്താ (*അകത്തേക്കുനോക്കി*) അമ്മേ, നാണ്യോട് കുട്ടപ്പൻനായർക്ക് ഒരു തംബ്ലർ സംഭാരമിഞ്ഞെടുത്തോളാൻ പറയിൻ. (*നാണി ടംബ്ലറിൽ സംഭാരവും കൊണ്ടുവരുന്നു. സംഭാരം കുട്ടപ്പൻനായർക്കു കൊടുക്കുന്നു. കുട്ടപ്പൻനായർ തംബ്ലർ വാങ്ങുമ്പോൾ കൈവിറച്ചു താഴെ വീഴുന്നു*)

ശങ്കരൻ : (*നാണിയെ കുറ്റപ്പെടുത്തിക്കൊണ്ട്*) നീയെന്താ തീരെ കുട്ടിയാ? കുറച്ചുകൂടെ ശ്രദ്ധവേണ്ടേ?

കുട്ടപ്പൻനായർ : സാരല്ല്യ..... സാരല്ല്യ. എന്റെ കൈയിൽനിന്നു പിടിവിട്ടുപോയതാണ്. (*നാണി അകത്തേക്കുപോകുന്നു*)

ശങ്കരൻ : അപ്പോൾ സംബന്ധം ഉറപ്പിക്കാൻ ഇനി ബന്ധുക്കളോ, സ്വന്തക്കാരോ വന്നുകാണേണ്ടതുണ്ടോ.... ങ്ഹേ?

കുട്ടപ്പൻനായർ : ഹേയ്..... അതിന്റെയൊന്നും ആവശ്യമില്ല.

ശങ്കരൻ : (*അകത്തേക്ക് നോക്കി*) അമ്മയും ഓപ്പോളും ഒന്നിങ്ങോട്ടു വരണം. (*മുത്തശ്ശിയും മാളുവും പുറത്തേക്കു വരുന്നു*)

ശങ്കരൻ : കുട്ടപ്പൻനായർക്കു പെണ്ണിനെ ബോധിച്ചു. ഇനി സംബന്ധം ഉടനെ അങ്ങുനടത്താമെന്നാണ്.

കുട്ടപ്പൻനായർ : ആർഭാടമൊന്നും വേണ്ട. ഞങ്ങൾ നാലോ അഞ്ചോ പേരുണ്ടാവും. മീനത്തിലായാൽ ഏറ്റവും ഉത്തമം.

മുത്തശ്ശി : അതിങ്ങടുത്തുപോയില്ലേ.

ശങ്കരൻ : അതിനെന്താ..... മീനത്തിലെങ്കിൽ മീനത്തിൽ നല്ല ദെവസവും മുഹൂർത്തവും നിശ്ചയിച്ചറിയിച്ചാൽ മതി.

കുട്ടപ്പൻനായർ : എന്നാൽ അങ്ങിനെതന്നെ (*തൊഴുകൈയോടെ യാത്രചോദിക്കുന്നു*)

ശങ്കരൻ : ഞാനും വരാം. നിരത്തുവരെ (*രണ്ടുപേരും പോകുന്നു*)

മുത്തശ്ശി : (*മാളുവിനോട്*) എന്റെ നാണീടെ ഭാഗ്യം വല്യകാര്യസ്സനാ. കൊളത്തിങ്ങൽ തറവാടും പേരുകേട്ടതാ.

മാളു : എന്നാലും പ്രായം (*നാണി അകത്തുനിന്നുവരുന്നു, നാണിയെ നോക്കി*)

മുത്തശ്ശി : മോളേ, നമുക്കു നല്ല കാലം വന്നെടീ നീ ഭാഗ്യവതിയാ.... നിന്റെ കല്യാണമൊറപ്പിച്ചു.

നാണി : അതിനു ചെറുക്കനെ ഞാൻ കണ്ടില്ലല്ലോ.

മുത്തശ്ശി : (*ചിരിച്ചുകൊണ്ട്*) നിന്റെ ചെറുക്കനാണ് നീ സംഭാരം

		കൊണ്ടു കൊടുത്തത്. അപ്പോൾ നീ കണ്ടില്ലേ.
നാണി	:	ആര്..... ആ തന്തക്കെളവനോ......
മുത്തശ്ശി	:	എന്താ അയാൾക്കൊരു കൊറവ്. നിനക്കു വേണ്ട തെല്ലാം അയാള് തരും.
നാണി	:	ഇതിൽ ഭേദം എന്നെ ആ കുന്തിപ്പുഴയിൽ ഒഴുക്കുക യായിരുന്നില്ലേ.
		മുത്തശ്ശിയും അമ്മയും - മോളേ.....
മുത്തശ്ശി	:	ഞാനൊന്നും പറയുന്നില്ല. പറഞ്ഞാൽ ഏറിപ്പോകും. (*അകത്തേക്ക് പോകുന്നു*)
നാണി	:	അമ്മേ നിങ്ങളും ഇതിനു കൂട്ടുനിൽക്കുകയാണോ?
മാളു	:	ഞാനെന്തുചെയ്യാനാണു മോളെ മുത്തശ്ശിയും അമ്മാ മയും പറയുന്നതനുസരിക്കുകയല്ലാതെ നമുക്കെന്തു ചെയ്യാൻ കഴിയും. അതല്ലേ നാട്ടുനടപ്പ്.
നാണി	:	നാട്ടുനടപ്പും കുലമഹിമയും പറഞ്ഞ് എന്നെയാർ ക്കും അടിമയാക്കാനാവില്ല. അതാരും മറക്കണ്ട.

(*രംഗദീപം പൊലിയുന്നു*)

ദൃശ്യം മൂന്ന്

നാരകത്ത് തറവാട്. രംഗദീപം തെളിയുമ്പോൾ നാരകത്തു തറവാട്. സമയം മധ്യാഹ്നം.

മുത്തശ്ശി : (*അകത്തേക്കു നോക്കി*) ബാലാ..... എടാ ബാലാ....

(*ബാലൻ അകത്തുനിന്ന് പുറത്തേക്കു വന്നുകൊണ്ട്*)

ബാലൻ : എന്തേ മുത്തശ്ശി?

മുത്തശ്ശി : ബാലാ, നീ ഇന്നുതന്നെ കൊളത്തിങ്ങൽ തറവാടു വരെ ഒന്നു പോകണം. നിന്റെ അമ്മ, നാണിയേം കൊണ്ട് പോയിട്ട് രണ്ട് ദിവസമായി. നാണിയെ കൊണ്ടാക്കിയിട്ട് ഇന്നലെത്തന്നെ തിരിച്ചുവരുമെന്നു പറഞ്ഞ മാളുവിനെ ഇന്നിത്രേടം ആയിട്ടും കാണുന്നില്ല. ഒരുവിവരം അറിയാനുമില്ല.

ബാലൻ : മുത്തശ്ശി അല്ലേ അവരെ പറഞ്ഞുവിട്ടത്? ഇനി ഞാനെന്തിനാ അവരുടെ പുറകേ നടക്കുന്നത്?

മുത്തശ്ശി : ഓ..... അതും കുറ്റമായിപ്പോയോ? എടാ ഒരു ആണാപ്പിറന്നോൻ സംബന്ധം ചെയ്യുന്നത് പെണ്ണിനെ കൂടെ പൊറുപ്പിക്കാനാണ്. അവൾ അയാളെ അടുപ്പിക്കുകയേ ചെയ്യില്ലെന്നുവച്ചാൽ എന്താ ചെയ്ക. സംബന്ധക്കാരൻ താലികെട്ടിയ പെണ്ണിനെ തന്റെ വീട്ടിലേക്ക് കൂട്ടിക്കൊണ്ടുപോകണമെന്നു പറഞ്ഞാൽ നമുക്ക് പറ്റില്ല എന്നു പറയാനാകുമോ? ആണുങ്ങളെ അച്ചിവീട്ടിൽ താമസിപ്പിക്കുന്നത് പെണ്ണുങ്ങളുടെ

മിടുക്കുകൊണ്ടാ...... അതിന് സാമർത്ഥ്യം വേണം. നിന്റെ ഏട്ടത്തിയുടെ അവസ്ഥ എന്താ? സംബന്ധക്കാരനെ കാണുമ്പോൾ കാടൻ പൂച്ചയെക്കണ്ട പാപ്പി പൂച്ചയെപ്പോലെ ചീറി മാറുകയല്ലേ? അതുകൊണ്ട് അയാൾ അവളെ മര്യാദ പഠിപ്പിക്കാനാ സ്വന്തം കുടുംബത്തിൽ കൂട്ടിക്കൊണ്ടുപോയിരിക്കണത്.

ബാലൻ : മുത്തശ്ശീ... പറയുമ്പോൾ എന്നോട് ശുണ്ഠി എടുക്കരുത്. തന്തയേക്കാൾ പ്രായമുള്ള ആ കിഴവനയേ എന്റെ ഏടത്തിക്ക് സംബന്ധക്കാരനായി കിട്ടുമായിരുന്നുള്ളോ? പണവും പദവിയും കുലമഹിമയും പറഞ്ഞ് നിങ്ങൾ എന്റെ ഏട്ടത്തിയെ കുരുതികൊടുത്തതല്ലേ?

മുത്തശ്ശി : പോടാ.... നിനക്കെന്തറിയാം? അവളുടെ പ്രായത്തിലുള്ള പെൺപിള്ളേർ ഇതിനകം എത്ര പെറ്റു എന്ന് നിനക്ക് അറിയാമോ? തെരണ്ടുകുളിച്ചാൽ പെൺകുട്ടികളെ സംബന്ധം ചെയ്ത് അയക്കണം. അല്ലെങ്കിൽ കുടുംബത്തിനാണു കുറച്ചിൽ. ഏറെ കാത്തിരുന്നിട്ടാണ് ഒരാളു വന്നത്. അത് തട്ടി എറിയാത്തതിലാണോ നിന്റെ സങ്കടം.

ബാലൻ : അവർ തമ്മിൽ എന്തെങ്കിലും ഒരു ചേർച്ചയുണ്ടോ? സന്തോഷത്തോടെ ഒരുനിമിഷം അവർക്കു ഒരുമിച്ചു ജീവിക്കാൻ കഴിയുമെന്ന് മുത്തശ്ശി കരുതുന്നുണ്ടോ?

(*ഈ സമയം ശങ്കരൻ മാമ കടന്നുവരുന്നു*).

ശങ്കരൻ : (*ദേഷ്യത്തിൽ*) എടാ ബാലാ..... നമ്മളൊക്കെ കുടുംബത്തിൽ പിറന്നവരാണ്. നമ്മൾക്ക് അഭിമാനമാണ് വലുത്. അതൊക്കെ കളഞ്ഞുകുളിക്കാൻ തുടങ്ങിയാൽ.....? എന്തു ചെയ്യണമെന്ന് എനിക്കറിയാം!

ബാലൻ : എനിക്കൊന്നും മനസിലായില്ല. അമ്മാമ എന്തിനാ കലിതുള്ളുന്നത്. ഇപ്പോൾ കുടുംബത്തിന്റെ അഭിമാനത്തിന് എന്തുപറ്റി എന്നാണ്?

ശങ്കരൻ : കുട്ടപ്പൻനായർ പള്ള്യാലിൽ വന്നിരുന്നു. എന്റെ മുഖത്തുനോക്കി ഇനി പറയാനൊന്നും ഇല്ല. നാണി.... ആ നിഷേധികാരണമാ എല്ലാം ഞാൻ കേൾക്കേണ്ടി വന്നത്. അവളെ അയാൾക്കു സംബന്ധം ചെയ്തു കൊടുത്തത് ഒരു മഹാ അപരാധമാണോ?

മുത്തശ്ശി : എന്താ ഇത്ര പറയാൻ.....?

ശങ്കരൻ : അമ്മേ.... നിങ്ങളുംകൂടി പറഞ്ഞിട്ടാണ് ഞാൻ നാണി

യുടെ കല്യാണം നടത്തിയത്. കുടുംബത്തിന് യാതൊരു പാഴ്ചിലവും വരുത്താതെ, എന്നിട്ട് എല്ലാവരുംകൂടി എന്റെ മാനംകെടുത്തിയില്ലേ?

മുത്തശ്ശി : ശങ്കരാ എന്താണുണ്ടായതെന്ന് തെളിച്ചു പറയൂ.....

ശങ്കരൻ : സംബന്ധം കഴിഞ്ഞിട്ട് രണ്ടാഴ്ച കഴിഞ്ഞില്ലേ? എന്നിട്ട് ഇതേവരെ നാണി കുട്ടപ്പൻനായരെ അടുത്തുചെല്ലാൻപോലും സമ്മതിക്കില്ലെന്ന്. ഇത് എവിടത്തെ രീതിയാ.... കുടുംബത്തിൽ പിറന്ന പെൺകുട്ടികൾക്ക് ചേർന്നതാണോ?

മുത്തശ്ശി : എടാ എന്നെക്കൊണ്ടൊന്നും പറയിപ്പിക്കേണ്ട. പെൺപിള്ളേരെ സംബന്ധം ചെയ്ത് കൊടുത്താൽ അവരെ പരിപാലിക്കേണ്ടത് ആണുങ്ങളുടെ മിടുക്കാ. മീശ മുളച്ചെന്നുവച്ച് ആണാവില്ല!

ശങ്കരൻ : അപ്പോൾ അവളുടെ തോന്ന്യാസത്തിന് അമ്മയും സമ്മതം മൂളുകയാണോ? കേറിപ്പോകുന്ന കുരങ്ങിന് ഏണിചാരി കൊടുക്കുന്നോ? കൊള്ളാം..... മാളു എവിടെ? അവളെ ഇങ്ങുവിളിക്കൂ.....

മുത്തശ്ശി : അവളിവിടെ ഇല്ല.....

ശങ്കരൻ : എവിടെപ്പോയി?

ബാലൻ : ഏടത്തിയേയും കൂട്ടി മിനിയാന്ന് കൊളത്തിങ്ങൽ പോയി.

ശങ്കരൻ : കൊളത്തിങ്ങലോ?.... നാശം..... കൊളത്തിങ്ങൽ മാളു എന്തിനാണ് പോയത്? അവിടെയും കുട്ടപ്പൻനായർക്ക് സ്വൈരം കൊടുക്കില്ല അല്ലേ? ഇവിടെ നാണിയെ അവളുടെ അമ്മ അടുത്തുകിടത്തി ഉറക്കുന്നു എന്നാണ് കുട്ടപ്പൻനായരുടെ പരാതി. ഇപ്പോൾ അയാളുടെ വീട്ടിലും സ്വൈരംകെടുത്താൻ മാളു പോയത് ഒട്ടും ശരിയായില്ല.

ബാലൻ : അമ്മാമേ..... ഈ സംബന്ധം തന്നെ തീരെ ശരിയായില്ല. ഇത് നേരെചൊവ്വേ പോകുമെന്ന് ഞാൻ വിചാരിക്കുന്നില്ല.

മുത്തശ്ശി : എടാ അസത്തേ, കരിനാക്കുകൊണ്ടൊന്നും പറയാതെടാ....

ശങ്കരൻ : വേലിക്കൽ കിടന്ന പാമ്പിനെ എടുത്ത് തോളിലിട്ടെന്ന് പറഞ്ഞതുപോലെ ആയല്ലോ? എന്റെ കുടുംബസ്നേഹം എനിക്കിത്രയും വിനയാകുമെന്ന് ഞാൻ

കരുതീല....

മുത്തശ്ശി : കുടുംബസ്നേഹം.... ഒരു കുടുംബസ്നേഹം.... അച്ചി വീട്ടിലേക്ക് വല്ലതും ഒപ്പിച്ചുകൊണ്ടുപോകാനല്ലേ നിന്റെ കുടുംബസ്നേഹം.

ശങ്കരൻ : ഇല്ല.... ഇവരോട് സംസാരിച്ചാൽ ശരിയാകില്ല.... നിങ്ങളായി.... നിങ്ങളെ പാടായി!.... എല്ലാം നിങ്ങടെ ഇഷ്ടം പോലെ! ഇനി ഈ അമ്മാമ ഈ വീട്ടിലേക്കില്ല....

(ശങ്കരൻമാമ പുറത്തേക്കു പോകുന്നു)

- രംഗദീപം പൊലിയുന്നു -

ദൃശ്യം നാല്

കൊളത്തിങ്ങൽ തറവാട്, വള്ളുവനാടൻ ശൈലിയിലുള്ള ഒരു ഇരുനില കെട്ടിടം. പുറത്ത് വരാന്ത. വരാന്തയുടെ തുടക്കം തിണ്ണയാണ്. രണ്ടറ്റത്തും രണ്ടു തൂൺകട്ടികൾ. നാണിയുടെ കല്യാണം കഴിഞ്ഞ് രണ്ടാഴ്ചകളായി. നാണി അമ്മയുമൊത്താണു കൊളത്തിങ്ങൽ വന്നത്.

(സമയം പ്രഭാതം. രംഗദീപം തെളിയുമ്പോൾ നാണിയും അമ്മയും. അമ്മ പോകാനുള്ള ഒരുക്കത്തിൽ)

നാണി : (*ഒരു കല്യാണപ്പെണ്ണിന്റെ വേഷത്തിൽ ഒന്നരയും മുണ്ടും. കൈയിൽ സ്വർണക്കാപ്പുകൾ, നെറ്റിയിൽ ചന്ദനഗോപിക്കുറി, കഴുത്തിൽ താലി കൊച്ചുകുട്ടികളെപ്പോലെ കൊഞ്ചിക്കൊണ്ട്*) അമ്മ പോകണ്ട, പോകുന്നെങ്കിൽ എന്നെയും കൊണ്ടുപോകണം. (*അമ്മയെ കെട്ടിപിടിച്ചുകൊണ്ട്*) ഞാനമ്മയെ വിടില്ല.

മാളു : (*അനുനയിപ്പിക്കുന്ന സ്വരത്തിൽ*) മോളേ, നീയെന്താണിങ്ങനെ കുട്ടികളെപ്പോലെ. അയാൾ സംബന്ധം കഴിച്ചത് എന്റെ അടുത്തുകിടത്തി നിന്നെ ഉറക്കാനാണോ?

നാണി : ആ പൂതി അയാളങ്ങു മനസിൽവച്ചാമതി.

മാളു : (*നാണിയുടെ വായപൊത്തി*) മോളെ പതുക്കെപ്പറ, അയാളുടെ സഹോദരിയോ, മകളോ, മരുമക്കളോ കേട്ടാൽ.... എന്തു വിചാരിക്കും.

നാണി : ഒന്നും വിചാരിക്കില്ല. ആ തന്തക്കിളവനു കെട്ടിപ്പിടിച്ചുകിടക്കാൻ അവർ വല്യ ഒരു തലയിണ വാങ്ങി

കൊടുത്തോട്ടെ.
(*കുട്ടപ്പൻനായർ അതു കേട്ടുകൊണ്ടു വരുന്നു*)

കുട്ടപ്പൻനായർ : അടുത്തുകിടക്കുമ്പോഴല്ലെ കുട്ടപ്പൻനായരെ കെട്ടിപ്പിടിച്ചു കെടന്നാലത്തെ അവസ്ഥ എന്താന്ന് അറിയൂ.... പെണ്ണുങ്ങൾക്ക് ഇത്ര അഹങ്കാരം കൊള്ളില്ല.

മാളു : കുട്ടിയല്ലേ, കൂടെ പൊറുക്കുമ്പോൾ എല്ലാം മാറിക്കൊള്ളും. ഞാനിന്ന് നാരകത്തേക്കു പോവുകയാണ്.

കുട്ടപ്പൻനായർ : അതാ നല്ലത്, നിങ്ങളാണു ഇവളെ കൊഞ്ചിച്ചു വഷളാക്കുന്നത്. ഒരു പെണ്ണിനെ സംബന്ധം ചെയ്തിട്ടു രണ്ടാഴ്ചയായി. അടുത്തുരിയാടാനോ, ഒന്നു തൊട്ടു നോക്കാനോ, കഴിഞ്ഞിട്ടില്ല. അതു പിന്നെങ്ങനാ? ഇള്ളക്കുട്ടിയെപ്പോലെ അമ്മപള്ളയിൽ ചേർത്തു വച്ചുകിടത്തി ഉറക്കിയാൽ..... ഞാനും ഒരാണാപ്പിറന്നോനാണ്. എന്റെ ക്ഷമയ്ക്കും ഒരതിരുണ്ട്.

മാളു : കുട്ടപ്പൻനായരെ, കുറച്ചുകൂടി ക്ഷമിക്കിൻ, എല്ലാം നേരെയാകും.

കുട്ടപ്പൻനായർ : എന്നായിരുന്നു ഞാനും നിരീച്ചത്. വീടുവിട്ടുപുറത്തു പോയാൽ അവൾക്ക് ബുദ്ധിമുട്ടാകുമെന്നു കരുതിയാണു ഞാൻ രണ്ടാഴ്ച അവിടെ താമസിച്ചത്. ദിവസവും അറയും തുറന്നിട്ടു കണ്ണുംമിഴിച്ച് ഉറങ്ങാതെ കിടന്നത് മിച്ചം.

നാണി : അതു പച്ചനുണ. പായുടെ മണം പിടിക്കുമ്പൊ നിങ്ങളു കൂർക്കം വലിക്കുന്നത് ഏഴയലത്തുകേക്കാമായിരുന്നല്ലോ.

കുട്ടപ്പൻനായർ : അധികം വിളയാട്ടുപറയരുതേ. അമ്മ അടുത്തുണ്ടെന്ന് ഞാൻ നോക്കില്ല. (*മാളുവിനോട്*) ഏതായാലും നിങ്ങളിറങ്ങിക്കോ.... മരുമോൻ രാമൻകുട്ടികൂടി കൂട്ടിനുവരും.

മാളു : (*നാണിയെ കെട്ടിപ്പിടിച്ചുകൊണ്ട്*) മോളെ.... കുട്ടപ്പൻനായരു പറേണതൊക്കെ അനുസരിക്കണം. ഇനി അദ്ദേഹമാണ് നിന്റെ ദൈവവും രക്ഷയും (*മാളു നാണിയെ വിട്ട് പുറത്തേക്കു പോകുന്നു*).

നാണി : (*കരഞ്ഞുകൊണ്ട്*) അമ്മേ നിങ്ങളെന്നെ കൊണ്ടുപോയില്ലെങ്കിലും നാളെ ഞാനങ്ങുവരും.

കുട്ടപ്പൻനായർ : കാണാം..... നമുക്കുകാണാം. നേരം ഒന്നിരുട്ടിക്കോട്ടെ.... നിന്നെ ചെലതൊക്കെ പഠിപ്പിച്ചാലെ ശരിയാവൂ. ചൊല്ലുകേട്ടാൽ മനസിലാകാത്തവർക്കു തല്ലുകൊണ്ടാലേ മനസിലാകൂ.

നാണി : (*നിഷേധത്തിൽ*) ഉം.... തല്ലും തല്ലിനോക്കൂ അപ്പോൾ കാണാം. (*അകത്തേക്കു പോകുന്നു*)

കുട്ടപ്പൻനായർ : (*ചിരിച്ചുകൊണ്ട് എന്തോ മനസിലുറച്ചപോലെ*) കാണാൻ പോകുന്നപൂരം എന്തിനാ പറകൊട്ടി അറിയിക്കുന്നത്.

രംഗദീപം പൊലിയുന്നു. വീണ്ടും തെളിയുമ്പോൾ [(അതേ ദൃശ്യം സമയം രാത്രി) (അകത്ത് മുറിയിൽ ഒരു തൂക്കുവിളക്കെരിയുന്നു) പുറത്ത് - കുട്ടപ്പൻനായർ, അക്ഷമനായി അങ്ങോട്ടും ഇങ്ങോട്ടും നടക്കുന്നു.

(അകത്ത്) - "നാത്തൂനേ.... ഈ പിച്ചിപ്പൂമാല തലയിൽ ചൂടിക്കോളൂ. കുട്ടപ്പൻ നാത്തൂനുവേണ്ടി പ്രത്യേകം വാങ്ങിക്കൊണ്ടുവന്നതാണ്."

നാണി : ഇത് വല്യമ്മതന്നെ ചൂടിക്കോളൂ (*സ്ത്രീശബ്ദം - വല്യമ്മയോ.... ഞാൻ നിന്റെ നായരുടെ ഓപ്പോളാണ്, നാത്തൂൻ*)]

കുട്ടപ്പൻനായർ : (*അക്ഷമനായി*) ഇങ്ങോട്ടുവരുന്നോ! അതോ ഞാൻ വന്നു പിടിച്ചിറക്കണോ? (*അകത്തുനിന്നും നാണി*)

നാണി : ആരും പിടിച്ചിറക്കണ്ട, ഞാനിതാവരുന്നു. (*കുട്ടപ്പൻനായർ നാണിയേയും പ്രതീക്ഷിച്ച് അക്ഷമനായി നിൽക്കുന്നു. നാണി ഒരു യന്ത്രത്തെപ്പോലെ വരാന്തയിലേക്കു വരുന്നു.*) കുട്ടപ്പൻനായർ മുറിക്കകത്തേക്ക് കയറി. വരൂ.... ഈ കട്ടിലിൽ വന്നിരിക്കൂ! (*നാണി ഒന്നുംമിണ്ടാതെ പ്രതിമപോലെ അങ്ങനെ നിൽക്കുന്നു*) (*വീണ്ടും അകത്തുനിന്ന്*)

കുട്ടപ്പൻനായർ : വരൂ.... ഇവിടെ വന്നു കിടക്കൂ! (*നാണി മുറിക്കു പുറത്ത് തിണ്ണയിലിരുന്നുകൊണ്ട്*)

നാണി : എനിക്കു ചിലത് പറയാനുണ്ട്. അതൊന്നു കേൾക്കണം.

കുട്ടപ്പൻനായർ : (*അൽപ്പം സന്തോഷത്തോടെ*) ഓ! അതൊക്കെ ആവാം. പക്ഷേ അകത്തുവന്നു ഈ കട്ടിലിൽ കിടന്നുകൊണ്ടാവാം. നാണമാണെങ്കിൽ വിളക്കും ഊതിക്കൊള്ളൂ.

നാണി : ഇഷ്ടമില്ലാത്ത അടിമത്തം വച്ചുകെട്ടുമ്പോൾ അടിമകൾക്ക് ഒരായുധമേയുള്ളൂ, സത്യാഗ്രഹം. അതാണു ഗാന്ധിജി ഉപദേശിച്ചിട്ടുള്ളത്.

കുട്ടപ്പൻനായർ : അപ്പോൾ നീ കോൺഗ്രസാ.

നാണി : അതെ. എനിക്കു സന്തോഷത്തോടെ നിങ്ങളുടെ ഭാര്യയായിരിക്കാൻ വയ്യ. സ്നേഹിക്കാനും അടുത്ത്

പെരുമാറാനും എനിക്കു സാധിക്കില്ല. അതുകൊണ്ട് എന്നെ നശിപ്പിക്കരുത്. എന്നെ എന്റെ വീട്ടിൽകൊണ്ടാക്കണം.

കുട്ടപ്പൻനായർ : അതിനല്ലേ പൊന്നും പണവും ചെലവാക്കി സമ്മന്തം തൊടങ്ങിയത്. ഒരു പെണ്ണിനെ അടക്കിപൊറുപ്പിക്കാൻ കഴിഞ്ഞില്ലെങ്കിൽ പിന്നെ ഞാനൊരാണാണോ?

നാണി : എന്തോ - എനിക്കറിഞ്ഞുകൂടാ. (*നാണി ചിരിക്കുന്നു*)

കുട്ടപ്പൻനായർ : നിന്റെ കോൺഗ്രസൊക്കെ മറ്റുവല്ലയിടത്തും മതി (*പുറത്തേക്കു വന്നു*) വാ.... വന്നുകിടക്ക്.

നാണി : എനിക്കു നിങ്ങളെ സ്നേഹിക്കാനാവില്ല.

കുട്ടപ്പൻനായർ : (*നാണിയുടെ കൈക്ക് പിടിച്ചുകൊണ്ട്*) വാ.... വന്നു കൂടെ കിടക്ക്, ഞാൻ സ്നേഹിക്കാൻ പഠിപ്പിച്ചുതരാം.

നാണി : (*ഇടിവെട്ടുന്ന ശബ്ദത്തിൽ*) കൈവിടൂ.... നിങ്ങൾ സ്ത്രീകളെ കണ്ടിട്ടില്ലേ. (*അതൊരാജ്ഞയായിരുന്നു. കുട്ടപ്പൻനായർ കൈവിട്ടു*) നിങ്ങൾ കൊണ്ടുവിട്ടാലും ഇല്ലെങ്കിലും നാളെ രാവിലെ ഞാനെന്റെ വീട്ടിൽ പോകും.

കുട്ടപ്പൻനായർ : എന്നാൽ അതു നിന്റെ ഒടുക്കത്തെ പോക്കാകും.

(*രംഗദീപം പൊലിയുന്നു*)

ദൃശ്യം അഞ്ച്

(നാരകത്ത് തറവാട്. സമയം പ്രഭാതം. വീട്ടിനകത്ത് മുത്തശ്ശി ഉച്ചത്തിൽ ആരെയൊ ശകാരിക്കുന്നു.)
(രംഗദീപം തെളിയുമ്പോൾ)
(അകത്ത്)

മുത്തശ്ശി : ബാലൻ ഏടത്തു. സ്മാലനേയുംകൂട്ടി ഇന്നു അത്തിക്കണ്ടത്തിന്റെ വരമ്പൊരുക്കാൻ ഇന്നലേ ഏർപ്പാടാക്കിയതല്ലേ. വേണ്ടപ്പോ വേണ്ടതു ചെയ്തില്ലെങ്കിലേ വായിൽ മണ്ണാകും. ഉരുള ഉരുട്ടി ഉണ്ണാൻ മാത്രം താൽപ്പര്യം കാണിച്ചാൽപ്പോരാ എന്റെ പരുത്തിക്കാട്ടെ തേവരെ ഈ വയസിത്തള്ളേടെ ഒരു തലവിധി. കൃഷ്ണാ..... ഗോവിന്ദാ..... നാരായണാ നിന്തിരുവടി തന്നെ ശരണം.

(പുറത്ത് കുട്ടപ്പൻനായർ ശരംവിട്ടപോലെ വന്നു കയറുന്നു. ആരേയും കാണുന്നില്ല. ആ അക്ഷമ നടത്തത്തിലുണ്ട്. അൽപ്പനേരം കഴിഞ്ഞിട്ടും ആരെയും കാണാത്തതുകൊണ്ട് തിണ്ണയിൽ ശീലക്കുടയിൽ മുഖവും ചേർത്ത് കുനിഞ്ഞിരിക്കുന്നു.
വീട്ടിനകത്തുനിന്നും മാളു പുറത്തേക്കുവരുന്നു. നോക്കുമ്പോൾ കുട്ടപ്പൻനായരാണ്. അറിയാതെ മാളു ഒന്നു ഞെട്ടി. മാളു അകത്തേക്ക് പോകുന്നു.... പിന്നാലെ മുത്തശ്ശി ഇറങ്ങിവരുന്നു. ഒന്നും അറിയാത്ത മുത്തശ്ശി ലോഹ്യഭാവത്തിൽ കുട്ടപ്പൻനായരോട്)

മുത്തശ്ശി	:	അല്ല, കുട്ടപ്പൻനായരല്ലേ..... എന്തേ ഇത്ര പൊലർച്ചെ ഇങ്ങട്ട് തിരിച്ചത്.
കുട്ടപ്പൻനായർ	:	(*പെട്ടെന്നു മുഖമുയർത്തി നോക്കുന്നു*).
മുത്തശ്ശി	:	ഇശ്ശിനേരായോ വന്നിട്ട്. എന്തേ ആ തിണ്ണയിൽത്തന്നെ അങ്ങട്ടിരുന്നു. അകത്ത് കയറി ഇരിക്കായിരുന്നില്ലേ.
കുട്ടപ്പൻനായർ	:	(*അപ്പോഴും ഒന്നും മിണ്ടുന്നില്ല*).
മുത്തശ്ശി	:	(*പരിഭ്രമത്തോടെ*) എന്താ എന്റെ നാണിക്കു വല്ല സൂക്കേടും....
കുട്ടപ്പൻനായർ	:	അത് ഒരുതരം മാറാത്ത സൂക്കേടാന്നാ തോന്നുന്നത്.
മുത്തശ്ശി	:	(*നെഞ്ചത്തടിച്ചുകൊണ്ട്*) എന്റെ പരുത്തിക്കാട്ടെ തേവരെ.... എന്റെ കുഞ്ഞിനെന്തുപറ്റി.... ഒന്നങ്ങട് തെളിച്ചുപറയിൻ കുട്ടപ്പൻനായരെ.... നാണി ഇപ്പോൾ എവിടെയുണ്ട്?
കുട്ടപ്പൻനായർ	:	(*ഉൽക്കണ്ഠയോടെ*) അപ്പോൾ അവൾ ഇവിടെ വന്നില്ലേ.... പിന്നെ എവിടെപ്പോയി.
മുത്തശ്ശി	:	നിങ്ങൾ സംബന്ധം ചെയ്തു കൂടെ പൊറുപ്പിക്കാൻ കുടുംബത്തിലോട്ട് കൂട്ടിക്കൊണ്ടുപോയതല്ലേ അവളെ. എന്നിട്ട് അവൾ എവിടെയെന്നു എന്നോടു ചോദിച്ചാൽ.
കുട്ടപ്പൻനായർ	:	(*അസഹ്യതയോടെ*) ഇതൊരു മാരണമായല്ലോ. അവൾക്ക് പ്രാന്താണ്..... വല്ല കടുംകൈയും ചെയ്തിരിക്കോ?
മുത്തശ്ശി	:	കാര്യമൊക്കെ ശരി. നിങ്ങളവളുടെ സംബന്ധക്കാരൻ തന്നെ. പക്ഷേ എന്റെ കുട്ടിയെക്കുറിച്ച് അനാവശ്യം പറയരുത്.
		(*മാളു പുറത്തേക്ക് വന്നു.*)
മാളു	:	അവളിവിടെയുണ്ട്.
കുട്ടപ്പൻനായർ	:	എന്നെ കുരങ്ങ് കളിപ്പിക്കുകയാ?
മാളു	:	അമ്മ കാര്യമറിയാതെ കുട്ടപ്പൻനായരോട് ശണ്ഠ കൂട്ടേണ്ട.
മുത്തശ്ശി	:	അതു ശരി. അപ്പൊ കുട്ടപ്പൻനായർ പറഞ്ഞത് ശരിയാണല്ലേ. അവൾക്ക് പ്രാന്തല്ലെങ്കിൽ പിന്നെ സംബന്ധക്കാരനറിയാതെ ഒറ്റയ്ക്ക് എങ്ങിനെ ഇവിടെ വന്നു. അവളെ ഇങ്ങുവിളി..... നിഷേധി..... അവളുടെ കാലു ഞാനിന്നു തല്ലിയൊടിക്കും.
മാളു	:	കുട്ടപ്പൻനായരു പൊറുക്കണം. അവൾക്കിനിയും കുട്ടിക്കളി മാറിയിട്ടില്ല. കുറച്ചുനാൾ കഴിയുമ്പോൾ എല്ലാം നേരെയാവും. അവൾ ഇവിടെ നിൽക്കട്ടെ..... കുട്ടപ്പൻനായർ അതുവരെ വന്നും പോയും കഴിക്കണം.

കുട്ടപ്പൻനായർ : (*ദേഷ്യത്തിൽ*) നിങ്ങളെന്റെ ക്ഷമയെ പരിശോധിക്കരുത്. ഞാൻ സംബന്ധം ചെയ്തതേ പെണ്ണിനെ എന്നോടൊത്തു പൊറുപ്പിക്കാനാണ്. അല്ലാതെ രാത്രിയിൽ നാമംജപിച്ചു വെറുതേ കിടക്കാനല്ല.

മുത്തശ്ശി : കുട്ടപ്പൻനായരു പറഞ്ഞതിൽ ഞാൻ തെറ്റുകേടൊന്നും കാണുന്നില്ല. പക്ഷേ ചില ആണങ്ങടെ ഒരു മാതിരി ആക്രാന്തവും വെപ്രാളവുമൊന്നും ആദ്യമൊക്കെ ചില പെൺകുട്യോൾക്കു ഇഷ്ടപ്പെട്ടൂന്നു വരില്യ. അങ്ങിനെ വല്ലതുമാവും..... പയ്യെ തിന്നാൽ പനയും തിന്നാമെന്നല്ലേ? കുട്ടപ്പൻനായരെ!

കുട്ടപ്പൻനായർ : (*സഹിക്കവയ്യാത്തമട്ടിൽ*) ഞാനെന്തു കാട്ടിയെന്നാ.... നിങ്ങടെ മോളെ ഭയപ്പെടുത്താൻ. സംബന്ധം കഴിഞ്ഞിട്ടു രണ്ടാഴ്ചയായി. എന്നിട്ട് നേരേ ചൊവ്വേ ഒന്നടുത്തുകണ്ടിട്ടു പോലുമില്ല.

മുത്തശ്ശി : എല്ലാം നേരെയാവും കുട്ടപ്പൻനായരെ. വെറുതെ ശുണ്ഠിപിടിക്കണ്ട.

കുട്ടപ്പൻനായർ : എനിക്കു ശുണ്ഠിയൊന്നുമില്ല. നാട്ടിൽ വേറെയും പെണ്ണുങ്ങളുണ്ട്. എല്ലാത്തിണ്ണയും മണ്ണുതന്നെയല്ലേ?

(*പുറത്തുനിന്നും ആലി മുസ്ലിയാർ കടന്നുവരുന്നു*)

മുസ്ലിയാർ : അമ്മക്കുട്ടിയേ..... അമ്മക്കുട്ടീ..... ഇന്റെ അമ്മക്കുട്ടി എവിടെപ്പോയി.....?

മുത്തശ്ശി : (*അരിശത്തോടെ*) അമ്മക്കുട്ടിയെ തെരഞ്ഞുവരാൻ കണ്ട ഒരു സമയം. ഇവിടെ അമ്മക്കുട്ടിയുമില്ല.... ഒരു അമ്മിക്കുട്ടിയുമില്ല. പോകുന്നുണ്ടോ വന്നവഴിക്ക്.

മുസ്ലിയാർ : അമ്മാളു അമ്മ എന്തിനാ ശുണ്ഠി എടുക്കുന്നത്. അമ്മക്കുട്ടിയെ ഒന്നു വിളിക്കൂ. കണ്ടാലുടനെ ഞാൻ പോകാം. അമ്മക്കുട്ടിയേ.....

(*അകത്തുനിന്ന് നാണി*)

നാണി : ഇപ്പോവരാം മുസ്ലിയാരെ.

മുത്തശ്ശി : മുസ്ലിയാരെ, നിങ്ങളോടല്ലേ പറഞ്ഞത് ഇപ്പൊ നിൽക്കണ്ട..... ഇപ്പൊ നിൽക്കണ്ടാ പോയ്ക്കൊള്ളിൻ.... ഇത് നാണിയുടെ നായരാ....

മുസ്ലിയാർ : സംഗതി പന്തികേടാണല്ലോ. എന്നാൽ ഞമ്മളിപ്പോൾ പോണു. പിന്നെ വരാം.

(*മുസ്ലിയാർ പോകുന്നു.*)

നാണി : (*അകത്തുനിന്ന് രംഗത്തേക്ക് വന്നുകൊണ്ട്*) (*പരിസരം മറന്ന്*) മുസ്ലിയാരെ..... മുസ്ലിയാരെ.... അദ്ദേഹം പോയോ....

കുട്ടപ്പൻനായർ : (*ഹാസ്യമായി*) പോയീ! അയാളാരാ.... നിന്റെ ഒളി സേവക്കാരനോ....

നാണി : കുറച്ചുകൂടി മര്യാദയ്ക്കു സംസാരിച്ചാൽ കൊള്ളാം.

കുട്ടപ്പൻനായർ : നിനക്കു മര്യാദകേടു കാണിക്കാം. പക്ഷേ പറഞ്ഞു കൂടാ അല്ലേ.

നാണി : ഞാനെന്തു മര്യാദകേടു കാണിച്ചു.

കുട്ടപ്പൻനായർ : മുസ്ലിയാരും നീയും തമ്മിൽ എന്താ രഹസ്യക്കച്ച വടം.

നാണി : അതു നിങ്ങളെന്തിനറിയണം.

കുട്ടപ്പൻനായർ : അല്ലെങ്കിലും നീ ഒരുമ്പെട്ടോളാണ്. എനിക്ക് രണ്ടി ലൊന്നറിയണം. (*മുത്തശ്ശിയെ നോക്കി*) നിങ്ങൾ പറ യണം. ഇവളെന്റെ ഭാര്യയാണോ....?

മുത്തശ്ശി : നിറപറയും നിലവിളക്കും വച്ച് നിങ്ങൾക്കു സംബ ന്ധം ചെയ്തുതന്ന ഇവൾ നിങ്ങളുടെ ഭാര്യയാ ണോന്ന് ഇനിയും സംശയമോ...?

കുട്ടപ്പൻനായർ : ശരി. നാണി ഇറങ്ങിക്കോ.

നാണി : എവിടേക്ക്.

കുട്ടപ്പൻനായർ : എന്റെ വീട്ടിലേക്ക്.

നാണി : ഞാനില്ല.

കുട്ടപ്പൻനായർ : എന്നുവച്ചാൽ.

നാണി : ഞാനിനി ഒരിക്കലും നിങ്ങളുടെ വീട്ടിലേക്കില്ല എന്നു തന്നെ.

കുട്ടപ്പൻനായർ : നീ എന്റെ ഭാര്യയാണ്. ഞാൻ താലികെട്ടിയ ഭാര്യ.... എന്നെ അനുസരിക്കണം.

നാണി : ഇല്ലെങ്കിൽ.

കുട്ടപ്പൻനായർ : അത്രയ്ക്കായോ.....? പിടക്കോഴി കൂവിയാൽ ആപ ത്താണ്. ഒന്നുകിൽ നീയെന്നെ അനുസരിക്കും ഇല്ലെ ങ്കിൽ... (*അടുത്തുചെന്ന് മുടിക്കെട്ടിനുപിടിക്കുന്നു.... തല്ലാൻ കൈ ഉയർത്തുന്നു....*)

നാണി : (*ഇടിവെട്ടുപോലെ*) എന്നെ തൊട്ടുപോകരുത്. മാറി നിൽക്കൂ.

കുട്ടപ്പൻനായർ : (*പെട്ടെന്നു കൈവിട്ട് മാറിനിന്നു കിതയ്ക്കുന്നു.*)

നാണി : (*കഴുത്തിലെ താലിപൊട്ടിച്ച് എടുത്ത് കാണിച്ചു കൊണ്ട്*) ഇതാ..... ഇതു നിങ്ങൾ കെട്ടിയ താലി. ഇതിന്റെ പേരിലല്ലേ നിങ്ങളെന്നെ തല്ലാൻ വന്നത്.... ഇനി എന്നിലോ, ഈ വീട്ടിലോ നിങ്ങൾക്കൊരവകാ ശവുമില്ല്യ..... ഇറങ്ങ് പുറത്ത്.

മുത്തശ്ശി : രാമാ.... രാമ രാമാ....

കുട്ടപ്പൻനായർ : എന്റെ സംബന്ധക്കാരിയാവുന്നത് നാണക്കേട്. ഒരു

മുസ്ലീം വൃദ്ധന്റെ ഒളിസേവക്കാരിയാകാൻ അഭിമാനം. ഞാനിതാ പടിയിറങ്ങുന്നു. ഇനി ഈ അഭിസാരികയുമൊത്ത് ഈ ജന്മം ഇല്ല.

മുത്തശ്ശി : എടീ.... കുലദ്രോഹീ..... അയാളെ തിരിച്ചുവിളിക്ക്. അയാൾ നിന്റെ സംബന്ധക്കാരനാണ്....

നാണി : സംബന്ധക്കാരൻ..... 'ഒരു സംബന്ധക്കാരൻ', തന്തയെക്കാൾ പ്രായമുള്ള പെൺകോന്തൻ. ഇനി അയാളെക്കുറിച്ച് ഇവിടെയാരും ശബ്ദിച്ചുപോകരുത്.

മുത്തശ്ശി : എന്റെ രാമാ കലികാലം.... കലികാലം.... എന്റെ പരുത്തിക്കാട്ടെ തേവരേ..... ഇതൊന്നും കാണാൻ എനിക്കാവുന്നില്ലേ.... രാമ.... രാമ....
(അകത്തേക്കു പോകുന്നു)

നാണി : മുസ്ലിയാരേ.... മുസ്ലിയാരേ.
(മുസ്ലിയാർ പുറത്തുനിന്നും രംഗത്തേക്ക് ഹാജർ പുസ്തകവും നീട്ടി വന്നുകൊണ്ട്)

മുസ്ലിയാർ : ഇതാ ഒപ്പു പുസ്തകം.

നാണി : *(ഒപ്പു പുസ്തകം വാങ്ങാതെ)* മുസ്ലിയാർ പൊയ്ക്കോളൂ.

മുസ്ലിയാർ : റബ്ബേ ചതിക്കല്ലേ.

നാണി : ഞാൻ നാളെമുതൽ മുസ്ലിയാരുടെ തെക്കുംമുറി എലിമെന്ററി സ്കൂളിൽ മിസ്ട്രസായി പഠിപ്പിക്കാൻ വരും. ഒപ്പിട്ടു വീട്ടിലിരിക്കാൻ ഞാനില്ല. പണിയെടുത്തു ജീവിക്കും.

മുസ്ലിയാർ : റബ്ബുൽ ആലമിനായ തമ്പുരാൻ ഞമ്മളെ രക്ഷിച്ചു.

(രംഗദീപം പൊലിയുന്നു)

ദൃശ്യം ആറ്

(നാരകത്ത് തറവാട്. സമയം സന്ധ്യയോടടുക്കുന്നു.)
രംഗദീപം തെളിയുമ്പോൾ മുത്തശ്ശി തിണ്ണയിലിരുന്നു വെറ്റിലച്ചെല്ലം തുറന്നു മുറുക്കാൻ തുടങ്ങുന്നു. പുറത്തുനിന്നു കുറ്റിപ്പിരിവുകാരൻ കുഞ്ഞൻനായർ കയറിവരുന്നു. മുത്തശ്ശി സന്തോഷത്തോടെ കുഞ്ഞൻനായരെ മുറുക്കാൻ ക്ഷണിക്കുന്നു. മുത്തശ്ശിക്കെതിരെ ഇരുന്നുകൊണ്ട്.

കുഞ്ഞൻനായർ : മുറുക്കാൻ തന്നൊന്നും എന്നെ മയക്കാൻ നോക്കണ്ട. ഇത്രയുംകാലം പാട്ടക്കുടിശ്ശിഖ തരാതെ നിങ്ങൾ കഴിച്ചു. ഇനി അതു പറ്റില്ല.

മുത്തശ്ശി : അതിനല്ലേ എന്റെ കുഞ്ഞാ നിന്നെ കാര്യങ്ങളേൽപ്പിച്ചത്.

കുഞ്ഞൻ : അതിന് നിങ്ങടെ മോള് കുറച്ച് മനോധർമമായൊക്കെപ്പെരുമാറേണ്ടേ.

മുത്തശ്ശി : എടാ, അവളു കുട്ടിയല്ലേ. അവൾക്കിതൊക്കെ കീഴോകിഴക്കോ.....

കുഞ്ഞൻനായർ : കുത്താനും ചവിട്ടാനും നിന്നാൽ പിന്നെ ആരെങ്കിലും അടുക്കുമോ.

മുത്തശ്ശി : തുടക്കത്തിൽ എല്ലാരുമങ്ങനെ തന്നെയാടോ. അനുഭവിച്ചാലല്ലേ അറിയൂ. ഇത്രക്കിത്രയേ ഉള്ളൂവെന്ന്.

കുഞ്ഞൻനായർ : ലോകത്ത് ഇത് ആദ്യത്തെ കാര്യമൊന്നുമല്ലല്ലോ. എല്ലാ ജന്മിക്കാര്യസ്ഥന്മാർക്കും കുടിയാന്റെ വീട്ടിലെ പെണ്ണുങ്ങളുടെ മേലുള്ള അവകാശമാണ്.

മുത്തശ്ശി : ഇവിടെ ഇപ്പൊ ആര് അല്ലാന്നു പറഞ്ഞു.

കുഞ്ഞൻ : നിങ്ങടെ കൊച്ചുമോളേ, പഠിപ്പും പത്രാസുമൊക്കെ ഉള്ളവളാണു. ഇട്ട്യാരച്ചൻ നായരോട് വല്ല ചണ്ടിത്തരവും കാണിച്ചാൽ നിങ്ങളൊക്കെ നാളെ പെരുവഴിയിലാണ്. ഓർത്തോണം.

(ഇതു കേട്ടുകൊണ്ട് ബാലൻ പുറത്തുനിന്നും വരുന്നു)

ബാലൻ : ആരാണു കുഞ്ഞൻനായരെ ഞങ്ങളെ പെരുവഴി ഇറക്കാൻ വരണത്.

കുഞ്ഞൻനായർ : പരുത്തിക്കാട്ടു മനയ്ക്കലെ കാര്യസ്സൻ ഇട്ട്യാരച്ചൻ നായർ.

ബാലൻ : വരട്ടെ.... അപ്പൊ കാണാം.

കുഞ്ഞൻനായർ : നീ കാണിക്കാനെന്തിരിക്കുന്നു. അമ്മാളുവമ്മ ഒരുത്തിയേക്കരുതിയാ. കുടുമ്മക്കാരു വർത്തമാനം പറയുന്നിടത്തു നിന്നെപ്പോലൊരു പീറച്ചെറുക്കന് എന്തു കാര്യം.

ബാലൻ : കുഞ്ഞൻനായരെ കുറച്ചുകൂടി സൂക്ഷിച്ചു വർത്തമാനം പറയണം.

മുത്തശ്ശി : എടാ ബാലാ നീ നിന്റെ പാടുനോക്കി പോ. പാട്ടക്കുടിശ്ശിക കൂടിയാലെന്ത് കുറഞ്ഞാലെന്ത്. നിന്നെക്കൊണ്ട് ഒന്നിനുമാവില്ലല്ലോ. പിന്നെന്തിനാ സഹായിക്കാൻ വരുന്നോരെക്കൂടെ ശത്രുക്കളാക്കാൻ നടക്കുന്നത്.

കുഞ്ഞൻനായർ : എടാ, പാട്ടപ്പണം കൊടുത്തുതീർക്കാൻ നിന്റേൽ പണമുണ്ടോ? കൂറപ്പേനിനു വകയില്ലാത്ത എരപ്പാളി.

ബാലൻ : *(കുഞ്ഞൻനായരെ ചിറഞ്ഞുനോക്കുന്നു.)*

കുഞ്ഞൻനായർ : നീയെന്നെ ചെറയേണ്ട.... നിന്റെ ഓപ്പോളെ ഇട്ട്യാരച്ചൻ നായരുടെ അടുത്ത് പറഞ്ഞുവിട്. അല്ലാതെ നിന്നെക്കൊണ്ടൊന്നും ആവുമെന്നു തോന്നുന്നില്ല.

ബാലൻ : എന്നെപ്പറഞ്ഞാൽ ഞാൻ സഹിക്കും. നാറീ എന്റെ ഓപ്പോളെ പറഞ്ഞാലുണ്ടല്ലോ അടിച്ചു പല്ലുപറിക്കും.

മുത്തശ്ശി : ബാലാ.... ബാലാ..... നീ ഇറങ്ങിപ്പോ, പോകാനാ പറഞ്ഞത്.

കുഞ്ഞൻനായർ : അവന്റെ ഒരു ഓപ്പോള്. പത്തിനി.... എടാ.... കണ്ട മുസ്ലീയാരന്മാരെ കൂടെ ചുറ്റിക്കെട്ടി നടക്കണ അവടെ കൊണവതിയാരം ഇങ്ങോട്ടു വിളമ്പണ്ട.

ബാലൻ : *(കുഞ്ഞൻനായർക്കു നേരെ ചാടിയടുത്ത്)* എന്തു പറഞ്ഞെടാ. *(കവാലത്തിൽ അടിക്കുന്നു. ഓർക്കാപ്പുറത്ത് കിട്ടിയ അടിയോടെ കുഞ്ഞൻനായർ ഒഴിഞ്ഞുമാറുന്നു. ബാലന്റെ കഴുത്തിനു പിടിക്കുന്നു. ബാലൻ കുഞ്ഞൻനായരുടെ കൈയിൽ കടിക്കുന്നു.*

കുഞ്ഞൻനായർ കൈ വിട്ടുകൊണ്ട്)

കുഞ്ഞൻനായർ : അയ്യോ.... അയ്യോ..... എന്നെ കടിക്കുന്നേ..... എന്നെ കടിക്കുന്നേ......

ബാലൻ : (*അകത്തേക്കുനോക്കി*) അമ്മേ ആ വെട്ടുകത്തി ഇങ്ങെടുക്കൂ, ഇനി ഇവനെ വെറുതേ വിട്ടുകൂടാ.

മുത്തശ്ശി : (*കരഞ്ഞുകൊണ്ട്*) ബാലാ.... ആദ്യം എന്നെ കൊന്നിട്ട്.... അവനെ കൊല്ല്.

മാളു : (*മാളു അകത്ത് നിന്നുവന്നു ബാലനെ പിടിച്ചുമാറ്റുന്നു*) ബാലാ ഞാനാണു പറയുന്നത്. നീയൊന്നടങ്ങ്.... നീയൊന്നടങ്ങ്. (*കുഞ്ഞൻ ദൂരെപ്പോയി നിൽക്കുന്നു. ബാലൻ നിന്നു കിതയ്ക്കുന്നു. മുത്തശ്ശി കരഞ്ഞുകൊണ്ട് രാമനാമം ഉച്ചത്തിൽ ചൊല്ലുന്നു. നാണി സ്കൂൾവിട്ടു കയറിവരുന്നു.*)

നാണി : എന്താണിവിടെ. സന്ധ്യാസമയത്ത് ഒരു ബഹളം.

മുത്തശ്ശി : (*കരഞ്ഞുകൊണ്ട്*) നിന്റെ പ്രിയപ്പെട്ട ആങ്ങള പാട്ടം പിരിക്കാൻ വന്ന കുഞ്ഞനെ പട്ടികടിക്കുംപോലെ കടിച്ചു.

നാണി : (*അസഹ്യതയോടെ*) ഇതൊക്കെ എന്താണു ബാലാ.... പാട്ടം പിരിക്കൽ അയാളുടെ ജോലിയല്ലേ. ആ കാര്യസ്ഥന്റെ കുതന്ത്രങ്ങൾക്കു ഈ പാവത്തിന്റെ മെക്കിട്ടുകയറീട്ടെന്താ.

ബാലൻ : ഏടത്തീ.... പാട്ടം പിരിക്കാൻ വന്നതിനല്ല. ഈ ജന്തു (*വിങ്ങിപ്പൊട്ടി*) ഏടത്തിയെക്കുറിച്ച് അനാവശ്യം പറഞ്ഞതിനാണു. അമ്മയോട് ചോദിക്കൂ, അവരെല്ലാം പറയും. ഇനി ഞാനിവിടെ നിന്നാൽ ശരിയാവില്ല. (*ബാലൻ പുറത്തേക്ക് പോകുന്നു.*)

കുഞ്ഞൻനായർ : ഇനി ഞാനും ഇവിടെ നിൽക്കുന്നില്ല. (*പുറത്തേക്കു പോകുന്നു.*)

മുത്തശ്ശി : (*കരഞ്ഞുകൊണ്ട് രാമനാമം ചൊല്ലുന്നു.*)

നാണി : മുത്തശ്ശീ.... നിങ്ങളെന്തിനാ കരയുന്നത്.

മുത്തശ്ശി : നീയായി നിന്റെ ആങ്ങളയായി. പാട്ടം കൊടുത്താലും കൊള്ളാം, ഇല്ലെങ്കിലും കൊള്ളാം. ഞാനിനി ഒന്നിനുമില്ല. ഏതായാലും പെരുവഴിയിലിറങ്ങാൻ ഒരുങ്ങിക്കോളൂ.

നാണി : മുത്തശ്ശീ, ഒന്നും സംഭവിക്കില്ല. വരട്ടെ വരുന്നിടത്തു വച്ചു കാണാം. ഞാനൊന്നു കുളിച്ചിട്ടു വരട്ടെ. (*നാണി അകത്തേക്കു പോകുന്നു.*)

(*മുത്തശ്ശി നാമം ജപിക്കുന്നു. അൽപ്പം കഴിഞ്ഞ് കുഞ്ഞൻനായർ പ്രവേശിച്ച് മുത്തശ്ശിയോട് ആംഗ്യം*

കാണിക്കുന്നു.)

കുഞ്ഞൻനായർ : വന്നിട്ടൊണ്ട്.

മുത്തശ്ശി : നാണി ഇപ്പൊ അറയിലില്ല. കുളത്തിൽ പോയിരിക്കുവാ. രഹസ്യമായി അറയിൽ കയറിക്കോളാൻ പറയുക.

(ഇട്ട്യാരച്ചൻനായർ കള്ളനെപ്പോലെ പതുങ്ങിപ്പതുങ്ങി വരാന്തയിലൂടെ അകത്ത് കയറി പോകുന്നു. ഇട്ട്യാരച്ചൻ നായർ - നാൽപ്പത്തഞ്ചോളം വയസ്സ് പ്രായം. കറുത്ത് തടിച്ച ദേഹം. വില്ലുവച്ച കടുക്കൻ. ജഗന്നാഥൻ മുണ്ടും തോളത്ത് ഒരു വേഷ്ടിയും.)

കുഞ്ഞൻനായർ : ആണുങ്ങളോടു കൊമ്പുകോർത്താൽ കളി എങ്ങനെ കലാശിക്കുമെന്നു ഇന്ന് അവളറിയും.

(മുത്തശ്ശി ദേഷ്യത്തിൽ കുഞ്ഞൻനായരോട് പുറത്ത് പോകാനാംഗ്യം കാണിക്കുന്നു. കുഞ്ഞൻനായർ പുറത്തുപോകുന്നു. മുത്തശ്ശി കൂടുതൽ ഉച്ചത്തിൽ നാമം ചൊല്ലുന്നു.)

(നാണി കുളിച്ച് തലയിൽ നനഞ്ഞ തോർത്തുംചുറ്റി ഒരു ഈറൻ തോർത്ത് തോളിലുമിട്ട് ഒരു ചൂലുമായി വരാന്തയിൽ കയറുന്നു. ചൂലു കണ്ട മുത്തശ്ശി ഞെട്ടി.)

മുത്തശ്ശി : മൂശേട്ടേ.... കുളിയും കഴിഞ്ഞാണോ ത്രിസന്ധ്യക്ക് ചൂലും കൊണ്ടൊരു വരവ്.

നാണി : സാരമില്ല മുത്തശ്ശി.... സന്ധ്യകഴിഞ്ഞില്ലേ.... അറ അപ്പിടി വലയും പൊടിയും.

മുത്തശ്ശി : ചൂലവിടെ ഇട്ടിട്ടുപോ (*നാണി അതു കേൾക്കാത്ത മട്ടിൽ അകത്തേക്കു പോകുന്നു.)*

മുത്തശ്ശി : (*നെഞ്ചത്തടിച്ചുകൊണ്ട്*) എന്റെ പരുത്തിക്കാട്ടെ തേവരെ രക്ഷിക്കണേ. മാനക്കേടൊന്നും വരുത്തല്ലേ.

(മുകളിൽ നാണിയുടെ നിലവിളി)

(നാണിയുടെ അറയ്ക്കകത്ത്)

നാണി : അയ്യോ അയ്യോ ഓടിവരണേ ഓടിവരണേ എന്റെ അറയിലൊരു കള്ളൻ.... കള്ളൻ.

ഇട്ട്യാരച്ചൻ : മിണ്ടാതിരിക്കെടി ഞാൻ കള്ളനല്ല. പരുത്തിക്കാട്ടു മനയ്ക്കലെ കാര്യസ്ഥനാണ് ഇട്ട്യാരച്ചൻ നായർ.

നാണി : നിങ്ങളെന്തിനാ ഈ ഇരുട്ടത്ത് എന്റെ അറയിൽ കയറി പതുങ്ങിനിൽക്കുന്നത്.

ഇട്ട്യാരച്ചൻ : (*ശൃംഗാരച്ചിരിയോടെ*) നിനക്കിനിയും മനസിലായില്ലേ. ഞാൻ മനസിലാക്കിത്തരാമെടി.

നാണി : ഒന്നു പുറത്തുപോകൂ.

ഇട്ട്യാരച്ചൻ : വന്നകാര്യം നടത്തിയിട്ടേ ഞാൻ പുറത്തുപോകൂ.

നാണി : (*ഭയവും സങ്കടവും കലർന്ന സ്വരത്തിൽ*) എന്നെ വിടൂ. എന്നെ വിടൂ.... എന്നെ ഒന്നും ചെയ്യരുതേ, എന്നെ ഒന്നും ചെയ്യരുതേ. (*പിടിവലി നടക്കുന്നതിന്റെയും പാത്രങ്ങൾ താഴെ വീണുടയുന്നതിന്റെയും ശബ്ദം*)

ഇട്ട്യാരച്ചൻ : (*അട്ടഹസിച്ചുകൊണ്ട്*) ഇന്നു നീ എന്റെ കൈയീന്നു രക്ഷപ്പെടില്ലെടി.

നാണി : അയ്യോ.... അയ്യോ.... മുത്തശ്ശി ഓടിവരണേ..... ഓടി വരണേ.... ബാലാ എടാ.... ബാലാ....

ഇട്ട്യാരച്ചൻ : (*ചിരിച്ചുകൊണ്ട്*) ഒരാളും നിന്നെ രക്ഷിക്കാനിപ്പോൾ വരില്ലെടി.
(*പുറത്ത്*)

മുത്തശ്ശി : (*ഉച്ചത്തിൽ നാമം ചൊല്ലുന്നു.*)

മാളു : (*അകത്തുനിന്ന് പുറത്തേക്ക് വന്നിട്ട് പരിഭ്രമത്തോടെ*) അമ്മേ.... അമ്മേ.... നാണി നിലവിളിക്കുന്നതു കേട്ടില്ലേ.... നാണിയേ.... മോളെ നാണീ....

മുത്തശ്ശി : (*ഒന്നും അറിയാത്തമട്ടിൽ*) നാണി നിലവിളിച്ചോ.... ഞാൻ കേട്ടില്ലല്ലോ?

മാളു : ഏതായാലും ഞാനൊന്നു നോക്കിയേച്ചുവരട്ടെ.

മുത്തശ്ശി : (*ഗൗരവത്തിൽ*) നീ ഇപ്പോൾ അങ്ങോട്ടു പോകേണ്ട. അവിടെ കാര്യസ്ഥൻ ഇട്ട്യാരച്ചൻ നായരാണ്. ഞാൻ പറഞ്ഞിട്ടാ. നാണി കുട്ടിയല്ലേ, പരിചയമില്ലാത്തതു കൊണ്ടാ. ഒക്കെ നേരെയാവും.
(*എന്തുചെയ്യണമെന്നറിയാതെ മാളു അങ്ങിനെ നിൽക്കുന്നു.*)
(*അകത്ത്*)

നാണി : കൈ എടുക്കൂ..... കൈ എടുക്കൂ.... എനിക്ക് ശ്വാസം മുട്ടുന്നു.
(*അലർച്ച*)

ഇട്ട്യാരച്ചൻ : കടിക്കരുത്..... എന്നെ കടിക്കരുത്.... അയ്യോ..... അയ്യോ... എന്റെ കൈയേ.... എന്റെ കൈയേ.....
(*ചോരയൊലിക്കുന്ന കൈയും ഉയർത്തിപ്പിടിച്ച് ഇട്ട്യാരച്ചൻ മുമ്പിലും കൈയിൽ ചൂലും അഴിഞ്ഞുലഞ്ഞ മുടിയും മേൽമുണ്ടും ഇല്ലാതെ പിന്നിൽ നാണിയും രംഗത്ത്.*)

നാണി : പട്ടി.... എടാ.... പട്ടി നിന്നെ ഞാൻ കൊല്ലും. (*ഇട്ട്യാരച്ചൻ ഓടി മറയുന്നു.*) (*ഈ സമയമൊക്കെ മുത്തശ്ശി ഒന്നുമറിയാത്തമട്ടിൽ നാമംചൊല്ലുകയാണ്. നാണി*

ചൂലു വലിച്ച് നിലത്ത് എറിഞ്ഞുകൊണ്ട്, മുത്തശ്ശിയെ രൂക്ഷമായി നോക്കുന്നു.)

നാണി : *(വേദനയും കോപവും കലർന്ന സ്വരത്തിൽ)* ഇതിനാണോ മുത്തശ്ശി ഇത്രയുംനാൾ നിങ്ങൾ എന്നെ ഓമനിച്ചു വളർത്തിയത്.
(അമ്മേ എന്നു വിളിച്ച് അമ്മയുടെ മാറിൽ ചായുന്നു)

രംഗദീപം പൊലിയുന്നു.

ദൃശ്യം ഏഴ്

(തെക്കുംമുറി വായനശാല. പുതുതായി പണിതീർത്ത ഒരു കെട്ടിടം. അതിന്റെ അകത്തെ ചുവർ. ചുവരിൽ ചേർന്നു ഒരു ചില്ലലമാരയും ഒരു ബുക്ക് റാക്കും. നിറയെ പുസ്തകങ്ങൾ. ചുവരിന്റെ മൂലയിൽ കർഷകസംഘം പ്ലക്കാർഡുകൾ, ചുവരിന്റെ മുകളിൽ തെക്കുമുറി വായനശാല എന്ന് എഴുതിയിട്ടുണ്ട്. ചുവരിൽ ഹാർഡ്ബോർഡിൽ ഒട്ടിച്ച ഒരു ഗാന്ധിയുടെ ചിത്രം മാലചാർത്തി വച്ചിട്ടുണ്ട്.)
(രംഗദീപം തെളിയുമ്പോൾ)
ഒരു സംഘഗാന പരിശീലനം നടക്കുന്നു. ഒരു കടലാസു നോക്കി തെക്കേക്കളത്തിൽ നാരായണമേനോൻ ഓരോ വരിയായി ചൊല്ലി പഠിപ്പിക്കുന്നു.

നാരായണമേനോൻ: സുമുഖനും, സമ്പന്നരും, കുലീനനുമായ യുവാവ്, വെളുത്ത ഖദർ സിൽക്ക് ജൂബായും ഖദർ മുണ്ടുമാണ് വേഷം. കൈയിൽ സ്വർണ ചങ്ങലയുള്ള റിസ്റ്റുവാച്ച്, വിരലിൽ സ്വർണ മോതിരം, നാരായണമേനോനുപുറമേ..... നാണി മിസ്ട്രസ്, ബാലൻ വാഴയിൽ കുഞ്ഞൻ, കലന്തർ എന്നീ യുവാക്കളും. പാട്ടിന്റെ പരിശീലനം നടക്കുന്നതിനിടയിൽ ഗോപാലനും ചാത്തുനായരും അവിടേക്ക് വരുന്നുണ്ട്.

നിളയുടെ തിരയുടെ
പൊന്നിൻ നൂലിൽ
അരമണികിങ്ങിണി-
കെട്ടീകൈരളി
പിച്ചനടന്നു

കളിച്ചൊരു നാട്
വള്ളുവനാട്
ഇതു വള്ളുവനാട്.

തുഞ്ചത്തെഗുരു-
നെഞ്ചിൽ വളർത്തിയ
ശാരിക പാടിയനാട്
ഇതു വള്ളുവനാട്
മലനാടിൻ പ്രിയ
മരതകമണിപോൽ
ഇതാണു വള്ളുവനാട്
വള്ളുവനാട്.

മേൽപ്പത്തൂരിനു പൂന്താനത്തിനു
പൂന്തേനേകിയനാട്.....
ചിരിയുടെ ചിലങ്കകെട്ടീകുഞ്ചൻ
കഥകൾ തുള്ളിയനാട്.....
വള്ളുവനാട്.... ഇതു വള്ളുവനാട്.

പറയിപ്പെണ്ണിൻ പന്തിരുമക്കൾ
ഒരുപോൽ വളർന്നതിവിടെ
മാമങ്കച്ചാവേറുകൾ ചോര-
പ്പൂവുകളായതുമിവിടെ.
ഇതു മലയാളപ്പെരുമയുണർത്തും-
നാട് വള്ളുവനാട്.

ഇവിടെപ്പാടാം നമുക്കു വീണ്ടും
നഷ്ടവസന്ത സ്വപ്നങ്ങൾ
നിളയുടെ തീരാമോഹങ്ങൾ!
നിളയുടെ തീരാമോഹങ്ങൾ!

(പാട്ടിന്റെ അവസാന വരി പാടിക്കേൾപ്പിച്ച്.... എല്ലാവരും അതേറ്റുപാടിയശേഷം)

നാരായണമേനോൻ : അപ്പോൾ ഇനി നമുക്ക് പാട്ടു മുഴുവനായി നോക്കാം. ഇടയ്ക്ക് ഏതെങ്കിലും വരി തെറ്റിയാലും സാരമില്ല. തുടർന്നു കൂടെ പാടിക്കൊള്ളണം.

(പാട്ട് ആരംഭിക്കുന്നു.)

(പാട്ടിന്റെ അവസാനം ഗോപാലനും മറ്റുള്ളവരും കൈ അടിക്കുന്നു.)

ഗോപാലൻ : നാരായണമേനോൻ.... പാട്ട് അസലായിട്ടുണ്ട്. തെക്കേക്കളത്തിൽ ഇങ്ങിനെയൊരു അസാമാന്യ പ്രതിഭയുണ്ടെന്നു നാട്ടുകാർകൂടി അറിയട്ടെ.

ചാത്തുനായർ : നമ്മുടെ വായനശാലാ കെട്ടിടത്തിന്റെ ഉദ്ഘാടന സമ്മേളനത്തിൽ തന്നെയാവട്ടെ ഈ പാട്ടിന്റെ അരങ്ങേറ്റവും.

നാരായണമേനോൻ: അതല്ല, ഞാനുദ്ദേശിക്കുന്നത്. വായനശാലക്കു പണം സംഭരിക്കാനും ഉദ്ഘാടനം ഒരുത്സവമാക്കാനും നാണിമിസ്ട്രസിന്റെ നേതൃത്വത്തിൽ ഗ്രന്ഥശാലാ പ്രവർത്തകർ എല്ലാം ചേർന്നു തെക്കുംമുറിത്തെരുവിൽ ഈ പാട്ടും പാടി ഒരക്ഷരഭിക്ഷാ പരിപാടി നടത്താനാണ്.

ഗോപാലൻ : നല്ല ആശയം.... നല്ല ആശയം.

ചാത്തു : അപ്പോ ഉദ്ഘാടനം വിഷുവിനുതന്നെയല്ലേ.

നാരായണൻ : അങ്ങനെയാവാം അല്ലേ ഗോപാലാ.

ബാലൻ : ഉദ്ഘാടകനെ കിട്ടിയിട്ടുണ്ടോ?

നാരായണൻ : ശങ്കരൻ നമ്പൂതിരിപ്പാടായാൽ കൊള്ളാമെന്നുണ്ട്. നേരിൽ കണ്ടിട്ടില്ല. നമ്മുടെ ചെറുകാടിനോട് സൂചിപ്പിച്ചിട്ടുണ്ട്.

ഗോപാലൻ : അതു നമുക്കു ശരിയാക്കാം.

ചാത്തു : ബാലാ നിന്റെ ഏടത്തി നല്ല പാട്ടുകാരിയുമാണല്ലോ.

നാണിമിസ്ട്രസ് : ഇനിയും എന്റെ കൈയിൽ പല വിദ്യകളുമുണ്ട്.

ഗോപാലൻ : ബാലാ.... പാട്ടകൃഷിക്കാരെ വിളിച്ചുകൂട്ടാനുള്ള കാര്യങ്ങളൊക്കെ എവിടംവരെയായി.

ബാലൻ : എല്ലാവർക്കും പേടിയാണ്. രഹസ്യമായിപ്പോലും ഒരിടത്തുകൂടാൻ അവർ തയാറല്ല. കൂടെയുള്ളവർ ഒറ്റുകൊടുക്കുമെന്നാണ് പേടി.

ഗോപാലൻ : പാട്ടക്കുടിശ്ശിഖ പിരിവും പാട്ടം ഒഴിപ്പിക്കലും നൂറു കണക്കിനാണു നടക്കുന്നത്. എന്തു ചെയ്യണമെന്നറിയാതെ കൃഷിക്കാർ പരിഭ്രാന്തരാണ്. അവരുമായി നിരന്തരം ബന്ധപ്പെടണം. അവരിൽ വിശ്വാസം വളർത്തിയിട്ടേ.... നമുക്കവരെ സംഘടിപ്പിക്കാനാകൂ. ഇന്ന് വടക്കുംമുറിയിലെ യോഗത്തിന് ബാലൻ പോകില്ലേ?

ബാലൻ : എന്നാൽ ഞാൻ അങ്ങോട്ട് പോകട്ടെ? (*ബാലൻ പോകുന്നു.*)

നാണി : ഇതു പറഞ്ഞപ്പോഴാണ് ഞങ്ങൾക്കും പാട്ടക്കുടിശ്ശിഖക്ക് നോട്ടീസുണ്ട്. പാട്ടവും പാട്ടക്കുടിശ്ശിഖയും കൂടി 1500 രൂപ മേടം ഒന്നിന് കൊടുത്ത് പാട്ടം ഒഴിയാനാണു രജിസ്റ്റർ നോട്ടീസ്. രജിസ്റ്റർ നോട്ടീസാണ് എന്താ ചെയ്യേണ്ടതെന്നറിയില്ല.

നാരായണൻ : മിസ്ട്രസേ, നമുക്ക് വഴിയുണ്ടാക്കാം. രജിസ്റ്റർ നോട്ടീസ് പാവപ്പെട്ട കൃഷിക്കാരെ പേടിപ്പിക്കാനാണ്.

നിങ്ങൾക്ക് യഥാർത്ഥത്തിൽ ഇത്രയും വലിയ പാട്ടക്കുടിശ്ശികയുണ്ടോ?

നാണി : ഇല്ല. കൂടിയാൽ അഞ്ഞൂറ്.

നാരായണൻ : വിഷമിക്കേണ്ട. എന്റെ സ്നേഹിതൻ അഡ്വക്കേറ്റ് ഗോപാലകൃഷ്ണമേനോന് ഞാനൊരു കത്ത് തരാം. അയാൾ മുഖാന്തിരം നമുക്കൊരു വക്കീൽനോട്ടീസയയ്ക്കാം. അപ്പോൾ കള്ളി പുറത്താകും. കോടതി പറയുന്ന പാട്ടപ്പണം കെട്ടിവച്ചാൽ മതി.

ഗോപാലൻ : മദിരാശിയിൽ രാജാജിഗവൺമെന്റ് പാസാക്കിയ കാർഷിക കടാശ്വാസ നിയമം അനുസരിച്ച് പാട്ടക്കുടിശ്ശിഖ കോടതിയിൽ ഗഡുക്കളായി കെട്ടിവയ്ക്കുകയും ചെയ്യാൻ വ്യവസ്ഥയുണ്ടല്ലോ.

നാണി : ആശ്വാസമായി. അങ്ങിനെയാവാം.

(*ആലിമുസ്ലിയാർ കടന്നുവരുന്നു.*)

മുസ്ലിയാർ : എല്ലാവരുമുണ്ടല്ലോ. (*നാണിയോട്*) അമ്പലക്കര സ്കൂളിൽ അമ്മക്കുട്ടിക്ക് പുത്തിമുട്ടൊന്നുമില്ലല്ലോ! മാനേജരും ഹെഡ്മാസ്റ്ററും കുറച്ചു മോശാ.

ചാത്തു : ആ മാനേജർ തന്ത നാക്കെടുത്താൽ സംസ്കൃതത്തിലേ ചീത്ത പറയൂ. അങ്ങേർക്ക് എല്ലാവരും ഗർദഭങ്ങളാണ്. അതുകൊണ്ട് അയാളുടെ പേരുതന്നെ ഗർദഭം മാനേജരെന്നാ.

മുസ്ലിയാർ : ഞമ്മള് വലിയ കടക്കെണിയിൽപ്പെട്ടുപോയി. അതു തീർക്കാനാ ഞമ്മള് തെക്കുംമുറി സ്കൂൾ കളത്തിൽ പറമ്പിൽ നായർക്ക് വിൽക്കേണ്ടിവന്നത്. അതുകൊണ്ടാണ് ന്റോൾക്കു ട്രെയിനിങ് കഴിഞ്ഞു വന്നപ്പോൾ തെക്കുംമുറി സ്കൂളിൽ പണി ഇല്ലാണ്ടുപോയത്.

നാണി : അതൊന്നും സാരമില്ല മുസ്ലിയാരെ. ഒരിടത്തല്ലെങ്കിൽ മറ്റൊരിടത്ത്. ജീവിക്കാൻ ഒരു വഴി തുറന്നു തന്നത് മുസ്ലിയാരാണ്. പൊതുജീവിതത്തിലേക്ക് വഴി കാണിച്ചുതന്നത് ഗോപാലൻമാഷും. നിങ്ങളെ ഞാൻ ഒരിക്കലും മറക്കില്ല.

ചാത്തുനായർ : ഗോപാലാ ഞാൻ പറഞ്ഞ കാര്യം നാണിമിസ്ട്രസിനോട് പറഞ്ഞോ?

ഗോപാലൻ : ഇല്ല, മിസ്ട്രസേ, നിങ്ങളോടൊരു പ്രധാന കാര്യം പറയാനുണ്ട്. ഒരമ്പത് ഉറുപ്പിക കടംവേണം. ചാത്തുവിന് ട്രെയിനിങ്ങിന് പോകാനാണ്. ഞങ്ങൾ വൈകുന്നേരം വീട്ടിലേക്ക് വരും.

നാണി : വന്നോളൂ, സന്തോഷം.

നാണി : മേനോൻ സാറെ, ഞാൻ പോകുന്നു. ആകെക്കൂടി

കിട്ടുന്ന ഒരൊഴിവു ദിവസമാണ്. തുണിപോലും തിരുമ്പിയിട്ടില്ല. (*നാണി പോകുന്നു.*)

മുസ്ലിയാർ : ഞമ്മളും ബരണപ്പാ.... (*പുറത്തേക്ക് പോകുന്നു.*)

ചാത്തുനായർ : ഗോപാലാ വൈകുന്നേരം തമ്മിൽ കാണാം. (*പുറത്തേക്കു പോകുന്നു.*)

നാരായണമേനോൻ : ഗോപാലാ നിങ്ങളുടെ നേതൃത്വത്തിലുള്ള വളണ്ടിയർ പരേഡ് ഇത്ര പരസ്യമായി വേണോ? ഇപ്പോൾ തന്നെ നിങ്ങളെക്കുറിച്ചു പൊലീസുകാർക്ക് സംശയമുണ്ട്. കഴിഞ്ഞദിവസം ഒരു ഐ ഡി എന്റെ വീട്ടിൽ വന്നിരുന്നു. ഗോപാലൻ കോൺഗ്രസല്ല അയാൾ അട്ടിമറി വിപ്ലവക്കാരുടെ കൂടെയാണ്. സൂക്ഷിക്കണമെന്ന മുന്നറിയിപ്പും തന്നിട്ടാണ് പോയത്.

ഗോപാലൻ : പോകാൻ പറയുമോ ഒരു ഐ ഡി. ഇതാ വലതുപക്ഷക്കാരനായ പൂന്തോട്ടത്തിൽ അപ്പുക്കുട്ടപ്പണിക്കരും കൂട്ടരും ഇളക്കിവിടുന്ന കോപ്പരാട്ടികളാണ്. എന്നെ ഭയപ്പെടുത്താൻ.

നാരായണൻ : ഇതൊന്നും അത്ര നിസ്സാരമായി തള്ളിക്കളയേണ്ടതല്ല ഗോപാലാ.....

ഗോപാലൻ : (*ചിരിച്ചുകൊണ്ട്*) നിങ്ങളെന്തറിഞ്ഞു. നമ്മൾ രഹസ്യമായി നടത്തുന്ന ആയുധപരിശീലനത്തിൽനിന്ന് പൊലീസിന്റെ ശ്രദ്ധമാറ്റാനല്ലേ ഈ പരസ്യ ഡ്രില്ലും പരേഡും. കർഷകസംഘം ശക്തിപ്പെട്ടതോടെ ജന്മിമാർക്ക് പഴയപോലെ പാട്ടം ഒഴിപ്പിക്കാൻ കഴിയുന്നില്ല. അവർ അടങ്ങിയിരിക്കുമെന്നാണോ. അവരെ നേരിടാൻ പഴയപോലെ രഘുപതിരാഘവ പാടിയാൽ പറ്റില്ല മേനോനെ....

നാരായണൻ : അതുശരി. പക്ഷേ താൻ കുറെക്കൂടി സൂക്ഷിക്കണം. നാട്ടിലെ കാര്യസ്ഥന്മാർക്കെല്ലാം താനൊരു നോട്ടപ്പുള്ളിയാണ്.

ഗോപാലൻ : അവന്റെയൊന്നും മിരട്ട് ഈ ഗോപാലനോട് ചെലവാകില്ല മേനോൻ.

നാരായണൻ : പരുത്തിക്കാട്ടു മനയ്ക്കലെ കാര്യസ്ഥൻ ആ ഇട്ട്യാരച്ചൻ നായർക്ക് തന്നോട് തീർത്താൽത്തീരാത്ത പകയുണ്ട്. നാണിമിസ്ട്രസിലാണു അയാളുടെ കണ്ണ്. അവരെ വരുതിയിൽ കൊണ്ടുവരാനാണ് പാട്ടം ഒഴിപ്പിക്കൽ ഭീഷണി. അതിന് എതിരു താനെന്നാണ് അയാളുടെ ധാരണ. അതിന്റെ ദേഷ്യത്തിന് നാണി പെണ്ണല്ലെന്നും തലയും മുലയുമുള്ള മീശമുളക്കാത്ത ആണാണെന്നുമാണ് അയാൾ വിളിച്ചുകൂവി നടക്കുന്നത്.

(വായനശാലയുടെ പുറത്തുനിന്ന്)

ഇട്ട്യാരച്ചൻ : എടാ, ശങ്കു..... കഴുവേറി മോനേ.... ബാർബർഷോപ്പും തുറന്നുവച്ച് അമ്പട്ടന്റെ മോനേ നീ എവിടെ പോയെടാ.

ഗോപാലൻ : അതെ, അയാൾ തന്നെ ഇട്ട്യാരച്ചൻ.

ഇട്ട്യാരച്ചൻ : വായനശാലയിൽ നിനക്കെന്താടാ കാര്യം. അവിടെ നിന്റെ തന്തയെക്കാണാനോ.... ഇങ്ങോട്ടിറങ്ങിവാടാ...

(ഗോപാലനും നാരായണമേനോനും എന്തു ചെയ്യണമെന്നറിയാതെ നിശ്ശബ്ദരായി നിൽക്കുന്നു.

ഇട്ട്യാരച്ചൻ മുമ്പിലും കത്തിക്കുത്ത് അയ്മു പിന്നിലുമായി വായനശാലക്കു മുമ്പിലേക്കു വരുന്നു.)

ഇട്ട്യാരച്ചൻ : എടാ..... കോവാലാ..... അവനെ ഇങ്ങോട്ടിറക്കിവിടെടാ.... ആ അമ്പട്ടന്റെ മോനേ....

ഗോപാലൻ : ഇത് വായനശാലയാണ്. ഇവിടെ ആരെയും പിടിച്ചു വച്ചിട്ടില്ല. മര്യാദക്ക് ഇവിടെനിന്നു പോകൂ. ഇല്ലെങ്കിൽ കളിമാറും.

അയ്മു : ഗോപാലൻ മാഷേ, നിങ്ങൾ ആരെയാ ബെരട്ടണത്? മനയ്ക്കലെ കാര്യസ്ഥൻനായരെ തൊട്ടാലെ ബെവരമറിയും.

ഗോപാലൻ : എടാ..... അയ്മു.... നിന്നെ ഇവിടെ ആരുവിളിച്ചു? സ്ഥലം വിട്.... സ്ഥലംവിട്. ഇല്ലെങ്കിൽ കാര്യം വശക്കേടാവും.

ഇട്ട്യാരച്ചൻ : ഞാൻ വിളിച്ചിട്ടാടാ അവൻ വന്നത്.

അയ്മു : ആരും ബിളിച്ചിട്ടില്ലാന്ന് ബച്ചോളിൻ. ഞങ്ങള് വന്നു. സ്ഥലം ബിടാൻ പറയാൻ നിങ്ങൾ ആരാ? നിങ്ങൾക്ക് പൊലീസ് അധികാരം ഒന്നുമില്ലല്ലോ?

ഗോപാലൻ : അപ്പോൾ അങ്ങനെയാണ്. എനിക്ക് എന്തൊക്കെ അധികാരങ്ങൾ ആണുള്ളതെന്ന് നീയൊക്കെ മനസിലാക്കാൻ പോകുന്നതേ ഉള്ളൂ.

ഇട്ട്യാരച്ചൻ : എടാ.... കോവാലാ.... ആ പാഞ്ചാലി പോയോ? നിന്റെ നാണിക്കുട്ടി. കണ്ണിൽക്കണ്ട ചീത്ത പുസ്തകങ്ങൾ കൊടുത്ത് പെൺപിള്ളേരെ ചീത്തയാക്കാൻനടക്കണ വെഭിചാരി. അവളെ ഞാൻ വെറുതേ വിടില്യാ.... അവളെക്കൊണ്ട് ഞാനെന്റെ മക്കളെ പ്രസവിപ്പിക്കും.

ഗോപാലൻ : *(മുന്നോട്ടുവന്ന്)* എന്റെ കൈ മെനക്കെടുത്താതെ പോകാനാണ് പറഞ്ഞത്.

ഇട്ട്യാരച്ചൻ : പോയില്ലെങ്കിൽ നീ എന്തുചെയ്യുമെടാ..... *(മുന്നോട്ടൊരു ചുവടുവെച്ച്)* എന്റെ മുഖം വടിച്ചുതരുമോ?

ഗോപാലൻ : എന്റെ ക്ഷമ പരിശോധിക്കരുത്. *(ഇട്ട്യാരച്ചനെ പിടിച്ചു തള്ളിക്കൊണ്ട്)* പോടോ....

അയ്മു : പോയില്ലെങ്കിൽ താൻ എന്തുചെയ്യും?

ഗോപാലൻ : എന്തുചെയ്യുമെന്ന് കണ്ടേ പോകുവോ?

(ഇതിനിടയിൽ ഗോപാലന്റെ പിന്നിലൂടെ വന്ന് കത്തിക്കുത്ത് അയ്മു ഗോപാലന്റെ തലയ്ക്ക് കൈമുഷ്ടി കൊണ്ട് ഇടിക്കുന്നു. കാലുകൊണ്ട് ചവിട്ടുന്നു. ഗോപാലൻ മുന്നോട്ടു വീഴുന്നു. പെട്ടെന്ന് നാരായണ മേനോൻ അയ്മുവിനെ ചുറ്റിപ്പിടിക്കുന്നു. അയ്മു പിടിയിൽനിന്നും കുതറിമാറി.... കത്തിയെടുത്ത് മേനോന്റെ കൈയിൽ കുത്തുന്നു. ഇട്ട്യാരച്ചനും അയ്മുവും ഓടുന്നു.)

മേനോനും
ഗോപാലനും : വിടരുതേ, വിടരുതേ..... ആ തെമ്മാടിയെ വിടരുതേ. വായനശാലയ്ക്കകത്ത് കയറി കത്തിക്കുത്തും നടത്തീട്ട് ഓടുന്ന അക്രമിയെ വിടരുതേ വിടരുതേ....

(രംഗദീപം പൊലിയുന്നു.)

ദൃശ്യം എട്ട്

(സമയം അർധരാത്രി കഴിയും. നായ്ക്കളുടെ ഓരിയിടൽ. രാപ്പാടികളുടെ ശബ്ദം. ഇടിയും മിന്നലും. നേർത്ത വെളിച്ചത്തിൽ നാരകത്തെ വരാന്തയിൽ രണ്ടുപേർ നിൽക്കുന്നതായി കാണുന്നതോടെ രംഗം ആരംഭിക്കുന്നു. ഒന്നാമത്തെ ആൾ കതകിൽ മുട്ടുന്നു. "ഏടത്തി.... ഏടത്തി കതകു തുറക്കൂ." *(അകത്തുനിന്ന് നാണി മിസ്ട്രസ്)* ആരാണത്..... ആരാ......)

ബാലൻ : ഏടത്തി, ഇത് ഞാനാണ് ബാലൻ കതക് തുറക്കൂ.

നാണി : *(അകത്തുനിന്ന്)* ബാലനോ...... ബാലാ.... *(കതക് തുറക്കുന്നു) (ബാലനും തലയിൽ തോർത്ത് കെട്ടിയ ഒരാളും..... അൽപ്പനേരം ആരും ഒന്നും മിണ്ടുന്നില്ല.)*

നാണി : ആരാ ബാലാ കൂടെയുള്ളത് *(ഗോപാലൻ മുഖമടക്കി കെട്ടിയിരുന്ന തോർത്ത് മാറ്റിക്കൊണ്ട്)* - മിസ്ട്രസ് എന്നെ മറന്നോ.

നാണി : *(ആളു മനസിലാക്കിയിട്ട്)* ഓ.... ഗോപാലൻ മാഷ്! *(ചിരിച്ചുകൊണ്ട്)* അത്രവേഗമൊന്നും ഞാൻ മറക്കില്ല എന്നാ പുറത്തു വന്നത്.

ഗോപാലൻ : പതിനഞ്ചു ദിവസമായി. പതിനഞ്ചു ദിവസത്തെ കൽപ്പനയേയുള്ളൂ. മറ്റന്നാൾ വെല്ലൂരിലെത്തി ജോലിക്കു ചേരണം.

നാണി : അപ്പോൾ ജോലിയൊക്കെയായോ. നല്ലത്.... എവിടെയാ ജോലി.

ഗോപാലൻ : ജയിലിൽ.

നാണി : ജയിലിലോ..... ജയിലിൽനിന്നു കൽപ്പന കിട്ടുമോ.

ഗോപാലൻ : (*ചിരിച്ചുകൊണ്ട്*) ഇല്ല..... അതുകൊണ്ട് ജോലിക്കു പോകാതിരുന്നാലോ എന്നാണാലോചന.

നാണി : അതു വേണ്ടാട്ട്വോ.... കിട്ടിയ ജോലി കളയണ്ട.

ഗോപാലൻ : (*ചിരിക്കുന്നു, ബാലനും പങ്കുചേരുന്നു.*)

നാണി : നിങ്ങളെന്താ നട്ടപ്പാതിരയ്ക്ക് രണ്ടാളുംകൂടി വിളിച്ചുണർത്തി കളിയാക്കുന്നോ. എന്താ കാര്യമെന്നു വച്ചാൽ പറയൂ.

ബാലൻ : (*ചിരിച്ചുകൊണ്ട്*) ഈ ഏടത്തി ഇത്ര പാവമായിപ്പോയല്ലോ - ഗോപാലൻ വെല്ലൂർ ജയിലിൽനിന്നും പരോളിൽ വന്നിട്ട് രണ്ടാഴ്ചയായി. കരുതൽ തടങ്കലിലായിരുന്നു. ജയിലിൽ ഇനിയും എത്രകാലമെന്നറിയില്ല.

ഗോപാലൻ : ജയിലിൽ പോയിരുന്നിട്ടെന്താ കാര്യം നാട്ടിലിറങ്ങി പാർട്ടി സംഘടിപ്പിക്കണം.

നാണി : അപ്പോൾ പൊലീസ് പിടിക്കില്ലേ.

ഗോപാലൻ : കണ്ടാൽ പിടിക്കും. അതുകൊണ്ടു ഒളിവിലിരുന്നു പ്രവർത്തനം നടത്താനാണു പാർട്ടി നിർദേശം.

ബാലൻ : ഏടത്തി, ഗോപാലൻ കുറച്ചുദിവസം ഇവിടെ ഒളിവിൽ താമസിക്കുന്നത് നിങ്ങൾക്ക് സമ്മതമാണോ.

നാണി : എനിക്കു സമ്മതമാണ്. പക്ഷേ അമ്മയും മുത്തശ്ശിയും.

ബാലൻ : അമ്മയെ സമ്മതിപ്പിക്കാം. മുത്തശ്ശി സമ്മതിക്കില്ല. അവരെ ഭീഷണിപ്പെടുത്തി സമ്മതിപ്പിക്കേണ്ടി വരും.

ഗോപാലൻ : അതു ശരിയാവില്ല. മുത്തശ്ശിയോട് കാര്യങ്ങൾ പറഞ്ഞ് സമ്മതിപ്പിക്കണം.

നാണി : ഏതായാലും ഇന്നത്തേടം കഴിയട്ടെ. എന്നിട്ട് നമുക്ക് കാര്യങ്ങൾ ആലോചിക്കാം.

ബാലൻ : എന്നാൽ നിങ്ങളുടെ അറ ഗോപാലന് ഒഴിഞ്ഞു കൊടുക്കൂ.

നാണി : ഇവിടെ നിൽക്കേണ്ട - മുകളിലേക്ക് വന്നോളൂ ഞാൻ ഇപ്പോൾ കിടക്ക വിരിച്ചിടാം.

ഗോപാലൻ : ശരിയാ ബാലാ, നമുക്ക് മുകളിലേക്ക് പോകാം.
[(*മൂന്നുപേരും അകത്തേക്ക് പോകുന്നു.) രംഗദീപം പൊലിയുന്നു. രംഗദീപം വീണ്ടും തെളിയുന്നു. അതേ ദൃശ്യം. സമയം പിറ്റേന്നു വൈകുന്നേരം അഞ്ചു മണി. നാണി സ്കൂളിൽനിന്നും വരുന്ന വേഷത്തിൽ വീട്ടിലേക്ക് പ്രവേശിക്കുന്നു. മുത്തശ്ശി നാണിയേയും കാത്തുനിൽക്കുന്നതുപോലെ വരാന്തയിൽ തന്നെ നിൽക്കുന്നു.*]

മുത്തശ്ശി : (*നാണിയോട്*) നിന്നോടൊരു കാര്യം ചോദിക്കാൻ

വേണ്ട്യാ നീ സ്കൂളുവിട്ടു വരുന്നതും കാത്ത് ഞാൻ ഇവിടെത്തന്നെ നിന്നത്.

നാണി : (*ഒന്നും അറിയാത്തമട്ടിൽ*) എന്താ, ചോദിക്കാമല്ലോ.

മുത്തശ്ശി : ഇന്നലെരാത്രി നിന്റെ അറയിൽ കയറിയ പാമ്പ് ഏടത്തു?

നാണി : (*ചിരിച്ചുകൊണ്ട്*) പാമ്പിനെ തച്ചുകൊന്നോ.

മുത്തശ്ശി : നീ പഠിച്ച കേമത്തി തന്നെ. ഇന്നു രാവിലെ നീ കിടന്ന അറയിൽനിന്ന് താഴെ വന്നു കിടക്കുന്നതു കണ്ടപ്പോൾ ഞാൻ വിചാരിച്ചു നീ തീണ്ടാർന്നീട്ടുണ്ടാവുമെന്ന്. അപ്പോഴാണു നിന്റെ അമ്മ പറഞ്ഞത് തീണ്ടാർന്നാൽ നീ കോസറിയിലല്ലല്ലോ കിടക്കാറ് എന്ന്. നിന്നോട് ചോദിച്ചപ്പോഴാണു നീ പറഞ്ഞത് രാത്രിയിൽ നിന്റെ അറയിലൊരു ചുരുട്ട പാമ്പു കയറിയെന്ന്. (*മുത്തശ്ശിയും നാണിയും ചിരിക്കുന്നു.*)

മുത്തശ്ശി : നാണ്യേ, മോളിലത്തെ അറയിലാരാ നാലകത്തെ ലക്ഷ്മിക്കുട്ടി പറയുംപോലെ നാരകത്തെ അറയിൽ വല്ല മാപ്പിളാരുമാണോ?

നാണി : (*ചിരിച്ചുകൊണ്ട്*) അല്ല മുത്തശ്ശീ നമ്മുടെ ഗോപാലനാ.

മുത്തശ്ശി : ആ സംഘക്കാരനോ?

നാണി : അതെ.

മുത്തശ്ശി : നിന്റെ അറ ഒഴിഞ്ഞുകൊടുത്തത് നിനക്കയാളെ ഇഷ്ടായിട്ടാ.....

നാണി : അതെ.

മുത്തശ്ശി : അയാൾ എന്താ ജാതി..... സ്വജാതിയാ.

നാണി : എനിക്കറിയില്ല.

മുത്തശ്ശി : ജാതി എന്തായാലെന്താ, നിനക്കിഷ്ടായാൽ എനിക്കും ഇഷ്ടം. എന്തായാലും നിന്റെ ഒരു കുട്ടിയെക്കണ്ടിട്ട് മരിക്കാൻ ഭാഗ്യമുണ്ടാവണം.
(*നാണി അകത്തേക്കു പോകുന്നു.*)
(*ഗോപാലൻ ഇറങ്ങി വരുന്നു.*)

ഗോപാലൻ : എന്താ മുത്തശ്ശ്യേ - ചായ ആയോ -

മുത്തശ്ശി : ചായ ഇപ്പോ ആകും. നാണി തന്നെ അടുക്കളയിൽ കയറിയിരിക്കുന്നു. മറ്റത് അടുക്കളയിൽ അവൾ കയറലേയില്ല. ഇപ്പോൾ എവിടുന്നാവരണത്.

ഗോപാലൻ : ജയിലീന്ന്.

മുത്തശ്ശി : എന്തിനാ എപ്പോഴും ജയിലിൽ പോണത്. മര്യാദക്ക് ഒരു സമ്മന്തോം ചെയ്തു സുഖമായിക്കഴിഞ്ഞുകൂടെ.

ഗോപാലൻ : ഒന്നുക്കൊന്നിരാടം ജയിലിൽപോകുന്ന ഈ ഗോപാലനാരാ പെണ്ണുതരാൻ.

മുത്തശ്ശി : വികൃതി കാട്ടിയിട്ടല്ലേ പൊലീസ് ജയിലിൽ പിടിച്ചുകൊണ്ടു പോണത്.

ഗോപാലൻ : ഞാനിനി ഒരു വികൃതിയും കാട്ടില്ല.

മുത്തശ്ശി : എന്നാൽ പൊലീസ് പിടിക്കാത്ത കാര്യം ഞാനേറ്റു.

ഗോപാലൻ : അതു ശരിയാവില്ല. പൊലീസുകണ്ടാ പിടിച്ചുകൊണ്ടു പോകും.

മുത്തശ്ശി : എന്നാൽ ഞാനെന്റെ ഗോപാലനെ പാമ്പു മാണിക്യം കാക്കുംപോലെ ഒളിവിലിരുത്തി സൂക്ഷിക്കാം. ഒരു പൊലീസിനും കൊടുക്കില്ല. ആട്ടെ ഒരുപാടു കടമൊണ്ടോ..... വാറണ്ടിൽ പിടിക്കാൻ തക്കവണ്ണം.

ഗോപാലൻ : (*മനസിലാകാതെ*) കടമോ.

മുത്തശ്ശി : ഒന്നുമറിയില്ല. ഒരുപാടു കടം വരുമ്പോഴല്ലേ ആളുകളെ പൊലീസ് വാറണ്ടിൽ പിടിക്കുന്നത്. പൊലീസിൽനിന്നു രക്ഷപ്പെടാനല്ലേ കക്ഷികൾ ഒളിവിൽ കഴിയുന്നത്. നാണിയുടെ മുത്തശ്ശൻ ഈ തട്ടിൻപുറത്ത് കുറേക്കാലം ഒളിവിലിരുന്നിട്ടുണ്ട്. കടം ഒത്തിരി ഉണ്ടായിരുന്നേ. പാമ്പ് മാണിക്യം കാക്കുംപോലെ കാത്തല്ലേ അവരെ പൊലീസിൽനിന്നും രക്ഷിച്ചത്.

ഗോപാലൻ : (*ആശ്വാസത്തോടെ*) അപ്പോ മുത്തശ്ശി എന്നേയും മാണിക്യത്തെപ്പോലെ കാത്തുസൂക്ഷിക്കും.

മുത്തശ്ശി : എന്താ സംശയം, എന്റെ മോൻ ഒന്നുകൊണ്ടും ഭയപ്പെടേണ്ട. എത്രകാലം വേണമോ നാണിക്കു സമ്മതമാണെങ്കിൽ അവളുടെ അറയിൽ കഴിഞ്ഞോളൂ.

നാണി : ഗോപാലൻ മാഷേ, അകത്തേക്കു വന്നോളൂ - ചായ റെഡി

(*ഗോപാലൻ അകത്തേക്കു പോകുന്നു. നാണി വരാന്തയിലേക്കു വരുന്നു.*)

മുത്തശ്ശി : (*സന്തോഷത്തോടെ*) നാണ്യേ.... ഞാൻ ഗോപാലനോട് എല്ലാം പറഞ്ഞു. മോളിലത്തെ അറയിൽ നാണിക്കെതിർപ്പില്ലെങ്കിൽ കൂടിക്കൊള്ളാൻ പറഞ്ഞു. ഞാനെല്ലാം തെളിച്ചു പറയാത്തതുകൊണ്ട് മനസിലായില്ല്യേ എന്നും ഒരു സംശയം.

നാണി : ഈ മുത്തശ്ശി എന്തൊക്കെയാ പറയണത്. വരട്ടെ ഇപ്പോഴൊന്നും പറയേണ്ട.

മുത്തശ്ശി : രാമാ..... രാമരാമാ.....

നാണി : ഇങ്ങനെ ഒരു മുത്തശ്ശി.

(*പിണ്ടാരി കേശവമേനോൻ കടന്നുവരുന്നു. അലസ*

മായ വസ്ത്രധാരണം, പാറിപ്പറന്ന മുടി, മുഖത്ത് ഒരു സ്റ്റാലിൻ മീശ, കൂസലില്ലാത്ത പെരുമാറ്റം.)

പിണ്ടാരി : സിസ്റ്റർ - എല്ലാവരും എത്തിയോ യോഗം തുടങ്ങിയോ.

നാണി : യോഗമോ, എന്ത് യോഗം.

പിണ്ടാരി : ശരിയാണ്..... ഇത് ഒരു യു ജി യോഗമാണല്ലോ. ചിലപ്പോൾ നിങ്ങൾക്കറിയില്ല. സഖാവ് ഗോപാലൻ എവിടെയുണ്ട്.

നാണി : (*പരിഭ്രമത്തോടെ*) നിങ്ങളെന്തു യോഗത്തെക്കുറിച്ചാണ് പറയുന്നത്. എനിക്കു മനസിലായില്ല. ഇതൊരു വീടാണ്. പാർട്ടി ഓഫീസല്ല.

പിണ്ടാരി : സഖാവ് ഗോപാലന്റെ ഷെൽട്ടർ ഇവിടെത്തന്നെയല്ലേ.

ഗോപാലൻ : (*ഗോപാലൻ കടന്നുവന്ന്*) എടോ പടവായ ഒന്നു നിർത്ത്.

നാണി : (*ഗോപാലനോട്*) ഇയാൾ ആ പിണ്ടാരി കേശവമേനോനല്ലേ. രാധാകൃഷ്ണമേനോന്റെ ഏട്ടൻ.

പിണ്ടാരി : അതെ, ആ പിശുക്കൻ എന്റെ അനിയൻ തന്നെയാ.

നാണി : കുടിച്ചു കൂത്താടി കണ്ണിൽ കണ്ടവരെ ചീത്തയും പറഞ്ഞുനടക്കുന്ന നിങ്ങൾക്കിവിടെ എന്തുകാര്യം. ഇയാളും കമ്യൂണിസ്റ്റാ?

പിണ്ടാരി : സിസ്റ്റർ പറഞ്ഞതെല്ലാം ശരിയാണ്. അതു പഴയ പിണ്ടാരി കേശവമേനോനെക്കുറിച്ചാണ്. ഞാൻ കുടിച്ചിട്ടുണ്ട്. കണ്ണിൽ കണ്ടവരെയെല്ലാം ചീത്ത വിളിച്ചിട്ടുണ്ട്. പെട്ടിയിൽ പൂത്ത പണം ഇരിക്കുമ്പോഴും അഞ്ചു റുപ്യ തരാൻ മടിച്ച സ്വന്തം അച്ഛനെ കസേരയോടെ വീട്ടിനുപിന്നിലെ കളത്തിൽ എടുത്തുകൊണ്ടുപോയി ഇട്ടിട്ടുണ്ട്. കണ്ട തോന്ന്യാസക്കാരി പെണ്ണുങ്ങളൊടൊത്തൊക്കെ കഴിഞ്ഞിട്ടുണ്ട്. പക്ഷേ ഇന്നു ഞാൻ മറ്റൊരു മനുഷ്യനാണ്. കള്ളുകുടിയും ആഭാസജീവിതവും നിർത്തി. ഞാനിന്നു പഴയ പിണ്ടാരി കേശവനല്ല. കർഷകസംഘം പ്രവർത്തകനായ ഉത്തരവാദിത്വമുള്ള ഒരു പൊതുപ്രവർത്തകൻ സഖാവ് കേശവൻ. എന്നെ സംശയിക്കരുത്. ഇനി എന്നെ ശകാരിക്കരുത്. (*കരയുന്നു.*)

നാണി : (*എന്തു പറയണമെന്നറിയാതെ നിൽക്കുന്നു.*)

ഗോപാലൻ : നന്നായി കേശവാ, തമിഴ്നാടകത്തിലെ രാജമാണിക്യത്തിന്റെ രാജാ പാർട്ടിലെ പേച്ചുപോലെ അസലായി. മിസ്ട്രസേ വിടുവാ പറയുമെങ്കിലും ഇയാൾ

ഈ പറഞ്ഞതൊക്കെ ശരിയാണ്. വരുന്നവരോട് മേളിലേക്കു വരാൻ പറയൂ. ഏഴുപേർക്ക് രാത്രി ഊണുവേണ്ടിവരും. ബുദ്ധിമുട്ടാവില്ലല്ലോ. (*അവർ മേളിലേക്കു പോകുന്നു.*)

നാണി : ഏയ്..... ഇല്ല്യ......
(*നാണി ചിന്താമഗ്നയായി നിൽക്കുന്നു. അൽപ്പം കഴിഞ്ഞപ്പോൾ ചാത്തുനായർ അകത്തുനിന്നു പുറത്തേക്ക് വരുന്നു.*)

നാണി : (*ചാത്തുനായരോട്*) എന്തെ, യോഗത്തിനു എല്ലാവരും എത്തിയപ്പോൾ നിങ്ങൾ താഴേക്കു പോന്നു.

ചാത്തു : ആ ഗോപാലൻ അവിടെയിരിക്കാൻ സമ്മതിക്കുന്നില്ല. യോഗത്തിൽ പങ്കെടുക്കുന്നവർക്ക് ഭക്ഷണം തയാറാക്കാൻ നിങ്ങളെ സഹായിക്കാൻ താഴേക്കു പൊയ്ക്കൊള്ളാനാണു ഗോപാലന്റെ ഓർഡർ.

നാണി : ഓഹോ അതാണുകാര്യം എന്നെ സഹായിക്കാൻ ആരും വേണ്ട. ഏഴുപേർക്കു ഭക്ഷണം ഉണ്ടാക്കാൻ ഞാൻ മാത്രം മതി. പ്രത്യേകിച്ച് ഒരു സഹായവും ആവശ്യമില്ല.
(*നാണി അകത്തേക്ക് പോകാൻ തുടങ്ങുന്നു.*)

ചാത്തു : (*നാണിയോട്*) ഒന്നു നിൽക്കൂ.

നാണി : എന്തേ.

ചാത്തു : ഞാനൊരു കാര്യം ചോദിച്ചോട്ടെ.

നാണി : ചോദിച്ചോളൂ. എന്ത് വേണമെങ്കിലും ചോദിക്കാം.

ചാത്തു : എന്തോ ഒരു ധൈര്യക്കുറവുപോലെ.

നാണി : അയ്യയ്യേ..... ഇത്ര ഭീരുവാണോ നിങ്ങൾ. പൊലീസ് ഇൻസ്പെക്ടർക്കുനേരെ കൈ ഉയർത്താനും ജയിലിൽപ്പോകാനും കാണിച്ചിരുന്ന ഉശിര് ഇപ്പോൾ എവിടെപ്പോയി.

ചാത്തു : എന്റെ ചോദ്യം കേൾക്കുമ്പോൾ ഞാനൊരു തെമ്മാടിയാണെന്നു വിചാരിക്കരുത്.

നാണി : ഇല്ല.

ചാത്തു : അന്ന് വഴിയിൽവച്ച് പറഞ്ഞില്ലേ നമ്മൾക്കു സ്നേഹിക്കാമെന്ന് അത് എന്തുദ്ദേശിച്ചു പറഞ്ഞതാണ്.

നാണി : ഞാനൊന്നും ഉദ്ദേശിച്ചു പറഞ്ഞതല്ല. നടുവട്ടം സ്കൂളിൽനിന്ന് എന്നെ തെക്കുംമുറിയിലേക്ക് മാറ്റിയത് നമ്മൾ തമ്മിൽ സ്നേഹത്തിലാണെന്ന കുറ്റം ചുമത്തിയാണെന്നു നിങ്ങൾ പറഞ്ഞപ്പോൾ എന്നാൽ നമുക്ക് സ്നേഹിക്കാം എന്നു പറഞ്ഞെന്നേയുള്ളൂ. ഞാൻ പറഞ്ഞതു നേരാണെന്നു നിങ്ങൾ വിചാരിച്ചോ.

ചാത്തു : അതേ, ദേഷ്യപ്പെടരുത്. നിങ്ങൾ ആരെയെങ്കിലും സ്നേഹിക്കുന്നുണ്ടോ.

നാണി : സ്നേഹിക്കുന്നുണ്ട്.

ചാത്തു : എന്നാൽ ഇനി എനിക്കൊന്നും ചോദിക്കാനില്ല. *(പെട്ടെന്ന് അകത്തേക്കുപോകാൻ തുടങ്ങുന്നു.)*

നാണി : *(ചിരിച്ചുകൊണ്ട്)* പോകാൻ വരട്ടെ നിങ്ങൾ ദേഷ്യപ്പെട്ടു പോവുകയാണോ.

ചാത്തു : എന്തിന്, നിങ്ങൾ മറ്റൊരാളെ സ്നേഹിക്കുന്നു. അതിലെന്താണു തെറ്റ്. ഞാനെന്തിനു ദേഷ്യപ്പെടണം.

നാണി : മാഷേ, ഞാൻ വിവാഹം ചെയ്യണമെന്നു വിചാരിച്ച് ഇതുവരെ ആരെയും സ്നേഹിച്ചിട്ടില്ല. ഗോപാലൻ മാഷിനേയും രാധാകൃഷ്ണമേനോനെയും നാരായണമേനോനെയും എല്ലാം ഞാൻ സ്നേഹിക്കുന്നുണ്ട്. ഇതുവരെ നിങ്ങളീ ചോദിച്ചപോലെ ഒരാളും എന്നോട് ചോദിച്ചിട്ടില്ല.

ചാത്തു : എന്നാലിപ്പോൾ ഒരാൾ ചോദിക്കുന്നു നിങ്ങൾക്കെന്നെ വിവാഹം കഴിക്കാമോ.

നാണി : *(ഒന്നു പതറി)* പെട്ടെന്നുത്തരം പറയാൻ വയ്യ. ആലോചിച്ചു പറയാം.

ഗോപാലൻ : *(അകത്തുനിന്ന്)* ചാത്തു..... എടോ ചാത്തു..... ഒന്നിങ്ങോട്ടു വരൂ.

(ചാത്തു മുകളിലേക്കു പോകുന്നു. ചിന്താമഗ്നയായി നാണി അതുംനോക്കി നിൽക്കുന്നു.)

രംഗദീപം പൊലിയുന്നു.

ദൃശ്യം ഒൻപത്

(രംഗദീപം തെളിയുമ്പോൾ)
നാരകത്തെ തറവാട്. ഒരു ഞായറാഴ്ച ദിവസം. ഏതാണ്ട് നാലു മണിയോട് അടുത്ത സമയം. നാണി വീട്ടിലെ വരാന്തയിൽ ഒരു പുസ്തകം വായിച്ചിരിക്കുന്നു. ഗോപാലൻ വീടിനകത്തുനിന്ന് വരാന്തയിലേക്ക് വരുന്നു. നാണി ഗോപാലനെക്കണ്ട് ഭവ്യമായി എഴുന്നേറ്റു നിൽക്കുന്നു. പുസ്തകം മടക്കി മാറോടു ചേർത്ത് പിടിക്കുന്നു.)

ഗോപാലൻ : മിസ്ട്രസ് നല്ലൊരു വായനക്കാരി കൂടിയാണല്ലോ. എന്താ പുസ്തകം നോക്കട്ടെ.

നാണി : *(ചിരിച്ചുകൊണ്ട്)* ഗോർക്കിയുടെ *മദറാണ്*. *(പുസ്തകം ഗോപാലനു കൊടുക്കുന്നു)*

ഗോപാലൻ : *(പുസ്തകം തുറന്ന്, അത്ഭുതത്തോടെ അതിന്റെ ആദ്യ താളിൽ കുറിച്ചിട്ട വാക്കുകൾ ഇങ്ങനെ വായിക്കുന്നു)* "ഫർഗെറ്റ് മി നോട്ട്.... രാഘവൻ നായർ."

നാണി : അദ്ദേഹം നടുവട്ടത്ത് എന്റെ ഹെഡ്മാസ്റ്ററായിരുന്നല്ലോ. രാജിവച്ചു പോകുമ്പോൾ വീട്ടിൽ വന്നു എന്നോടു യാത്ര പറഞ്ഞിട്ടാണു പോയത്. അപ്പോൾ സമ്മാനിച്ചതാണ് ഈ പുസ്തകം. മറക്കരുതെന്നൊരപേക്ഷയും. ഒപ്പം സ്വർണക്യാപ്പുള്ള ഒരു പെന്നും. എന്ത് നല്ലോരധ്യാപകനായിരുന്നു അദ്ദേഹം.

ഗോപാലൻ : ഒരു ഗൂഢാലോചനക്കേസിലെ പ്രതിയായ കമ്യൂണിസ്റ്റ് നേതാവാണദ്ദേഹം. അദ്ദേഹത്തെ വലയിലാക്കാൻ വേട്ടക്കാർ ഇപ്പോഴും അദ്ദേഹത്തിന്റെ പുറകേ

യുണ്ട്. കുറെക്കാലം ഇവിടെ ഒളിവിലായിരുന്നു. നടുവട്ടത്ത് ഹെഡ്മാസ്റ്ററായി ജോലി നോക്കിയത് അതിന്റെ ഭാഗമായാണ്.

നാണി : വർത്തമാനത്തിലോ, പെരുമാറ്റത്തിലോ അദ്ദേഹം ഒരു രാഷ്ട്രീയക്കാരനാണെന്നു പറയുകപോലുമില്ല. എന്തൊരു സൗമ്യൻ. എന്തൊരു വിനയം. സഹപ്രവർത്തകരോടൊക്കെ എന്തൊരു സ്നേഹം. പുസ്തകങ്ങളാണ് അദ്ദേഹത്തിന്റെ ജീവൻ.

ഗോപാലൻ : നല്ല കമ്യൂണിസ്റ്റുകാരൊക്കെ അങ്ങിനെയാണ്. വീരാരാധനയ്ക്കപ്പുറം എന്തെങ്കിലും അദ്ദേഹവുമായിട്ടുണ്ടോ ഐ മീൻ എനിതിങ് ലൈക് റൊമാൻസ്.

നാണി : നോ..... നോ.... നത്തിങ്.

ഗോപാലൻ : എനിക്കൊരു കാര്യം ചോദിക്കാനുണ്ട്. നല്ലപോലെ ആലോചിച്ച് ഉത്തരം പറയണം.

നാണി : (*അൽപ്പം അസ്വാളിപ്പോടെ*) പറയാം.

ഗോപാലൻ : നാണി കല്യാണം കഴിക്കാൻ തയാറാണോ.

നാണി : (*പെട്ടെന്നു ധൈര്യം നഷ്ടപ്പെട്ടപോലെ അൽപ്പം ആലോചിച്ച്*) എന്തേ ഇപ്പോൾ ചോദിക്കാൻ.

ഗോപാലൻ : കല്യാണം കഴിക്കാൻ ഒരുക്കമാണെങ്കിൽ ആ കാര്യത്തെപ്പറ്റി ആലോചിക്കണമെന്നുണ്ട്.

നാണി : ആർക്കു വേണ്ടിയിട്ടാ.

ഗോപാലൻ : ആർക്കു വേണ്ടിയിട്ടായാലും.

നാണി : അതു പറ്റില്ല. ആളാരാണെന്നു പറയൂ. അതു കേട്ടിട്ട് ആലോചിച്ചു പറയാം.

ഗോപാലൻ : ചാത്തുനായർക്ക് ഒരു കല്യാണം കഴിക്കണം. അയാൾ വളരെ ദരിദ്രനാണ്. രോഗിയായ മൂത്ത സഹോദരിയും വയസായ അമ്മയും മാത്രമേയുള്ളൂ. വീട്ടിൽ സഹായത്തിനൊരാളു വേണം. ചാത്തുനായരുടെ മറ്റു കാര്യങ്ങൾ മിസ്ട്രസിനറിയാമല്ലോ. എന്താ സമ്മതമാണോ. ആലോചിച്ചു പറഞ്ഞാൽ മതി.

നാണി : (*കുറച്ചുസമയം ഒന്നും മിണ്ടുന്നില്ല.*)

ഗോപാലൻ : സമ്മതമില്ലെങ്കിൽ വേണ്ട. നമ്മൾ രണ്ടാളുമേ അറിഞ്ഞിട്ടുള്ളൂ. ഇത് പുറത്തറിയേണ്ട.

നാണി : എനിക്ക് ചാത്തുനായരെ കല്യാണം കഴിക്കാൻ സമ്മതമാണ്. പക്ഷേ ഒരു വ്യവസ്ഥയുണ്ട്.

ഗോപാലൻ : (*സന്തോഷത്തോടെ*) വ്യവസ്ഥ എന്താണു പറഞ്ഞോളൂ.

നാണി : ബാലന്റെ കല്യാണം കഴിഞ്ഞേ എന്റെ കല്യാണം നടത്താവൂ.

ഗോപാലൻ : അത് ബുദ്ധിമുട്ടാവില്ലേ. ഒരു പെണ്ണിനെ കണ്ടുപിടിക്കണം. അതു ബാലനിഷ്ടപ്പെടണം. കാലം കുറേ എടുക്കില്ലേ.

നാണി : ബാലനുവേണ്ടി ഒരു പെണ്ണിനെ ഞാൻ കണ്ടുവച്ചിട്ടുണ്ട്. ഞങ്ങളുടെ അമ്മാമയുടെ മകൾ കുഞ്ഞുമാളു. ബാലൻ ഇഷ്ടപ്പെടും. പക്ഷേ മുത്തശ്ശി സമ്മതിക്കുമോന്നാ സംശയം.

ഗോപാലൻ : ബാലനകത്തുണ്ടല്ലോ. ബാലനെയും മുത്തശ്ശിയെയും അമ്മയെയും ഞാൻ തന്നെ വിളിക്കാം.

(ഗോപാലൻ അകത്തേക്കു പോകുന്നു. നാണി ചിന്താമഗ്നയായി നിൽക്കുന്നു. അൽപ്പംകഴിഞ്ഞ് മുത്തശ്ശിയും ഗോപാലനും അമ്മയും ബാലനും പ്രവേശിക്കുന്നു.)

ഗോപാലൻ : മുത്തശ്ശീ ബാലന്റെ കല്യാണത്തെക്കുറിച്ച് ആലോചിക്കാനാണു ഞാൻ നിങ്ങളെയൊക്കെ ഇങ്ങോട്ട് വിളിപ്പിച്ചത്.

മുത്തശ്ശി : അത് പറ്റില്യ. എന്റെ നാണിയുടെ കല്യാണം കഴിഞ്ഞേ അവന്റെ കല്യാണത്തെക്കുറിച്ച് ആലോചന പോലുമുള്ളൂ. അവനിന്നലത്തെ ചെക്കനല്ലേ.

ബാലൻ : മുത്തശ്ശി പറയുന്നതാണതിന്റെ ശരി.

ഗോപാലൻ : നാണിയുടെ കല്യാണം നടക്കണമെങ്കിൽ ബാലന്റെ കല്യാണവും നടക്കണം. കല്യാണം കഴിഞ്ഞു നാണി പോയാൽ ഈ വീട്ടിലാരാ ഒരാളുവേണ്ടേ.

മാളു : കല്യാണം കഴിഞ്ഞാലും നാണിയെ വിടാൻ പറ്റില്ല. ഞാനിങ്ങനെ ചൊമച്ചും കൊരച്ചും കിടക്കുമ്പോൾ എനിക്ക് പിന്നെയാരാ.....

മുത്തശ്ശി : എന്റെ കണ്ണടയുന്നവരെ നാണിയെ ഞാനെങ്ങും വിടില്ല.

ഗോപാലൻ : അതൊക്കെ പിന്നീടാലോചിക്കാം. ഇപ്പോൾ ബാലന്റെ കല്യാണക്കാര്യമാണ് വിഷയം.

മുത്തശ്ശി : നാണിയുടെ കാര്യം ഗോപാലനേറ്റോ.

ഗോപാലൻ : *(ചിരിക്കുന്നു)* ഏറ്റു.

മുത്തശ്ശി : എന്നാൽ ബാലൻ ഏതു പെണ്ണിനെക്കൊണ്ടു വരുന്നതിലും എനിക്ക് എതിർപ്പില്ല.

നാണി : കാര്യത്തോടടുക്കുമ്പോൾ മുത്തശ്ശി വാക്കുമാറ്ററുത്.

ബാലൻ : നിങ്ങളെല്ലാംകൂടി എന്നെ കുഴപ്പത്തിലാക്കരുത്.

നാണി : നീ വല്ല പെൺകുട്ടികളേയും കണ്ടുവച്ചിട്ടുണ്ടോ.

ബാലൻ : ഞാനോ....? ഞാനൊരു പെണ്ണിനേയും കണ്ടുവച്ചിട്ടില്ല. ഏടത്തി നിശ്ചയിക്കുന്ന ഏതു പെണ്ണിനേയും

ഞാൻ കെട്ടുകയും ചെയ്യാം. പക്ഷേ ഇപ്പോൾ വേണ്ടെന്നു മാത്രം.

ഗോപാലൻ : അതു പറ്റില്ല സഖാവേ..... ഈ വീടിന്റെ അന്തരീക്ഷത്തിൽ ഇനി തന്റെ കല്യാണം നീട്ടിക്കൊണ്ടു പൊയ്ക്കൂടാ. വയസായ മുത്തശ്ശി, രോഗിണിയായ അമ്മ, ഇവരെ ശുശ്രൂഷിക്കാൻ ഒരു ആളു കൂടിയേ കഴിയൂ. നാണിമിസ്ട്രസിന്റെ ബുദ്ധിമുട്ടുകൾ ബാലനറിയാമല്ലോ.

ബാലൻ : നിങ്ങളെല്ലാംകൂടി എന്നെ ധർമസങ്കടത്തിലാക്കരുത്. ഏതാ പെണ്ണെന്നു പറഞ്ഞില്ലല്ലോ.

നാണി : നമ്മുടെ അമ്മാമയുടെ മകൾ കുഞ്ഞിമാളു.

മുത്തശ്ശി : ഓന്റെ മോളെ നമുക്കുവേണ്ട.

ബാലൻ : അതു ശരിയാവില്ല. മുത്തശ്ശിയ്ക്കതിഷ്ടാവില്ല. എന്നിൽ അമ്മാമയുടെ വീട്ടുകാർക്കും താൽപ്പര്യം ഉണ്ടാവില്ല.

നാണി : അതൊന്നും നീ അറിയേണ്ട. അവരോട് ഞാനെല്ലാം സംസാരിച്ചു കഴിഞ്ഞിരിക്കുന്നു.

ഗോപാലൻ : ബാലൻ സമ്മതിച്ചാൽ ഈ വൃശ്ചികത്തിൽ കല്യാണം. നാണിയെ ചാത്തുനായരും കുഞ്ഞിമാളുവിനെ ബാലനും താലികെട്ടും. എന്താ മുത്തശ്ശി സന്തോഷമായില്ലേ.

മുത്തശ്ശി : അപ്പോൾ ചാത്തുവാണ് നാണിയെ സംബന്ധം ചെയ്യുന്നത് അല്ലേ. അതാണു വിധിയെങ്കിൽ അങ്ങനെതന്നെ നടക്കട്ടെ.

(പശ്ചാത്തലത്തിൽ കല്യാണ വാദ്യമേളം)

(രംഗദീപം പൊലിയുന്നു.)

(വീണ്ടും രംഗദീപം തെളിയുമ്പോൾ അതേദിവസം രാത്രി. വാഴയിൽ കുഞ്ഞനും കലന്തറും ചിരട്ടയിൽ വെള്ളമൊഴിച്ച് ചുവന്ന മഷിക്കട്ട കലക്കിക്കൊണ്ടിരിക്കുന്നു. പുറത്തുനിന്ന് ചാത്തുവും പിണ്ടാരിയും തെങ്ങിന്റെ ക്ലാഞ്ഞിൽ ചതച്ചബ്രഷുമായി രംഗത്തു വരുന്നു. മുണ്ട് മടക്കിക്കുത്തി തലയിൽക്കെട്ടും ചുണ്ടത്ത് ബീഡിയുമായാണ് അവർ കേറി വരുന്നത്.)

ചാത്തു : പോസ്റ്റർ എഴുതാനുള്ള പേപ്പർ ഇതുവരെ കിട്ടിയില്ലേ.

പിണ്ടാരി : എടോ കലന്തറേ പേപ്പറും കൊണ്ടുവരാമെന്നു പറഞ്ഞുപോയ ബാലൻ..... ആ ഗോപാലന്റെ അടുത്ത് കാണും.

ചാത്തു : (*ചിരിച്ചുകൊണ്ട്*) പുള്ളിക്കാരൻ മഞ്ചേരിയും പാണ്ടിക്കാടും കൂടെപ്പിടിച്ച് നമ്മുടെ തെക്കുംമുറി സോവിയറ്റിനോട് ചേർക്കുന്നതിനെക്കുറിച്ചുള്ള ചർച്ചയിലാകും.

വാഴയിൽകുഞ്ഞൻ: ഞാനൊന്നു പോയി നോക്കിയിട്ടുവരാം.

പിണ്ടാരി : കുഞ്ഞാ നീയാണു പറ്റിയ ആൾ. തരംപോലെ പറഞ്ഞുനിന്നോളും. (*കുഞ്ഞൻ അകത്തേക്കു പോകുന്നു.*)

ചാത്തു : മഴക്കാറുള്ളപ്പോൾ കുടവേണ്ടല്ലോ കുഞ്ഞാ എന്നു ചോദിച്ചാൽ വേണ്ട കുട എടുക്കുകയേ വേണ്ട. എങ്കിലല്ലേ സഖാവെ നനയാൻ പറ്റൂ. ഇജ്ജാതിയാണു വാഴയിൽ കുഞ്ഞൻ.

കലന്തർ : ചർച്ച നിർത്തിക്കോളിൻ. ഇതാ ബാലൻ സഖാവെത്തി. (*കൈയിൽ ഒരു വലിയ ചുരുൾ പേപ്പറുമായി ബാലൻ മുമ്പിലും കുഞ്ഞൻ പിറകിലുമായി വരാന്തയിലേക്കു വരുന്നു.*)

ബാലൻ : ഇതാ പേപ്പർ
(*പേപ്പർ തിണ്ണയിൽ വയ്ക്കുന്നു.*)
കലന്തറെ നീ ഇവർക്ക് ഓരോ പേപ്പറായി എടുത്തു കൊടുക്കണം. കുഞ്ഞൻ എന്റെ കൂട്ടത്തിൽ വരട്ടെ. ഞങ്ങൾ അടുക്കളയിൽ പോയി കൊള്ളിക്കിഴങ്ങു ചതച്ച് പശ ശരിപ്പെടുത്താം. പോസ്റ്റർ ഒട്ടിക്കാൻ പശ വേണമല്ലോ.
(*കലന്തർ ഓരോ പേപ്പറായി എടുത്തു കൊടുക്കുന്നു. ചാത്തുനായരും പിണ്ടാരിയും പോസ്റ്റർ എഴുതി തറയിലിടുന്നു.*)
(*ഗോപാലൻ മുകളിൽനിന്നും താഴേക്കു വന്നിട്ട്.*)
(*ഒരു പോസ്റ്റർ എടുത്ത് നിവർത്തി വായിക്കുന്നു.*)
"കമ്യൂണിസ്റ്റുപാർട്ടി സിന്ദാബാദ്
സാമ്രാജ്യത്വം തുലയട്ടെ"
അസലായിട്ടുണ്ട്. ഇന്നുരാത്രി തെക്കുംമുറിയിലേയും നടുവട്ടത്തേയും വടക്കുംമുറിയിലേക്കും പ്രധാന ചുവരുകളിലെല്ലാം ഇവനെ ഒട്ടിക്കും. ഗൗരവത്തോടെ ചുവരുകൾ വിളിച്ചുപറയും യെനാനിലും ഷാങ്ഹായില്ല, ഹാനോയിലും സ്റ്റാലിൻഗ്രാഡിലും മാത്രമല്ല തെക്കുംമുറിയിലും നടുവട്ടത്തും വടക്കുംമുറിയിലും കമ്യൂണിസമെത്തിയിരിക്കുന്നു.

പിണ്ടാരി : നാളെത്തൊട്ട് പൊലീസിന്റെ പരക്കംപാച്ചിൽ ഒന്നു കാണണം.

ചാത്തു : പരക്കംപാച്ചിൽ മാത്രമല്ല, നാളെമുതൽ അടിയുടെ ഒരു പൊടിപൂരമാകും. ചുമ്മാ ചവയ്ക്കണ മുത്തശ്ശിക്ക് വായിൽ ഒരുപിടി അവിൽകൂടി കിട്ടിയാലോ.... എത്ര നിരപരാധികൾക്കു തല്ലുകിട്ടുമെന്നു കണ്ടു തന്നെ അറിയണം.

പിണ്ടാരി : പൊലീസ് സ്റ്റേഷന്റെ മുമ്പിലത്തെ ചുവരിൽ തന്നെ ഒട്ടിക്കണം. അതാണതിന്റെ സ്റ്റൈൽ. അതു കേശവനേറ്റു.

കലന്തർ : പൊലീസ് ജീപ്പിന്റെ പിന്നിലൊട്ടിച്ചാലല്ലേ നാടുമുഴുവനറിയൂ. അത് ഞാനുമേറ്റു. എങ്കിലേ ഞമ്മന്റെ ബാപ്പാന്റെ ചെയ്തികൾക്കു മറുകൃതിയാവൂ.

ഗോപാലൻ : എടാ കലന്തറെ നീ തരക്കേടില്ലല്ലോ. (*ബാലനും കുഞ്ഞനും തൊട്ടിയിൽ പശയുമായി വരുന്നു.*)

ബാലൻ : കലന്തറേ പോസ്റ്റർ എല്ലാം ചുരുട്ടി എടുത്തോ. (*കലന്തർ പോസ്റ്റർ ചുരുട്ടി എടുക്കുന്നു.*)

ഗോപാലൻ : (*തമാശയായി*) എന്നാൽ മാർച്ച് ആരംഭിക്കാം. ഈ സർവസൈന്യാധിപന്റെ അഭിവാദ്യങ്ങൾ.

പിണ്ടാരി : ഒരു കട്ടൻ കിട്ടിയിരുന്നെങ്കിൽ.

ഗോപാലൻ : തെണ്ടി എന്നായാലും തെണ്ടി തന്നെ. എടോ പിണ്ടാരി ഷട്ടപ്പ് യുവർ മൗത്ത് ഗോ ഫോർവേഡ്. ഒരുകാര്യം പൊലീസിന്റെ പിടിയിൽപ്പെടരുത്. പെട്ടാൽ ആറുമാസം കഞ്ഞികുടി ജയിലിലാകും.

പിണ്ടാരി : അതിന്റെ രുചിയും ഒന്നറിയണമല്ലോ.

ഗോപാലൻ : നോൺസൻസ്.... നാട്ടിൽ വേറെ പണിയുണ്ട്.

ചാത്തു : ഞാനേറ്റു സഖാവെ, ഒന്നും സംഭവിക്കില്ല. എല്ലാം പ്ലാൻ ചെയ്തപോലെ.

ഗോപാലൻ : വി ഷാൽ ഓവർകം. ലാൽസലാം (*എല്ലാവരും മുഷ്ടി ചുരുട്ടി പ്രത്യഭിവാദ്യം ചെയ്യുന്നു.*)

(*രംഗദീപം പൊലിയുന്നു.*)

ദൃശ്യം പത്ത്

(നാരകത്തു തറവാട്.... സമയം സന്ധ്യ. രംഗദീപം തെളിയുമ്പോൾ നാണി നാരകത്തെ തിണ്ണയിൽ ഒരു പുസ്തകം നോക്കിയിരിക്കുന്നു. മാളു അകത്തുനിന്ന് പുറത്തേക്ക് വരുന്നു.)

മാളു	:	മോളേ..... നാണീ..... നീ എന്താ വയലിൽ മീൻതേടുന്ന കൊറ്റിയെപ്പോലെ പുസ്തകത്തിലെ അക്ഷരങ്ങളെ നോക്കി തപസിരിക്കുന്നത്.... നാളെ പഠിപ്പിക്കാൻ ഉള്ളത് വല്ലതും നോക്കുകയാണോ?
നാണി	:	(*ചിരിച്ചുകൊണ്ട്*) പഠിപ്പിക്കാനുള്ളതല്ല. വായനശാലയിൽ നിന്നെടുത്ത പുസ്തകമാണമ്മേ......
മാളു	:	രസമുള്ള വല്ല കഥയുമാണോ?
നാണി	:	അല്ലമ്മേ...... ഭാഗ്യംകെട്ട ഒരു സ്ത്രീയുടെ ദുഃഖകഥയാണ്. *രാമായണ*ത്തിലെ സീതയുടെ കഥ. ഗദ്യത്തിലല്ല. പദ്യത്തിലാണ്.
മാളു	:	പദ്യത്തിലോ?
നാണി	:	അതേ.... മഹാകവി കുമാരനാശാന്റെ *ചിന്താവിഷ്ടയായ സീത*. *(മാളു വല്ലാതെ ചുമയ്ക്കുന്നു.)*
നാണി	:	അമ്മ വല്ലാതെ ചുമയ്ക്കുന്നുണ്ടല്ലോ?
മാളു	:	ഈ ചുമയും ശ്വാസംമുട്ടലും എന്നെയുംകൊണ്ടേ പോകൂ. നിങ്ങളുടെ അച്ഛന്റേന്നു കിട്ടിയതാണ്. ബാലന്റെ മൂന്നാം വയസിലല്ലേ അദ്ദേഹത്തെ മേലോട്ടു വിളിച്ചത്. മാപ്പിലഹളക്കാലത്ത് ഏതോ മാപ്പിളവിട്ടിയതാണ്. ക്ഷയമായിരുന്നു.

മാളു : ചുമച്ചു ചുമച്ചാണ് മരിച്ചത്.

നാണി : കല്യാണത്തിന് അധ്വാനിച്ചപ്പോഴെ ഞാൻ കരുതി ചുമകൂടുമെന്ന്. അമ്മ മരുന്ന് കൃത്യമായി കഴിക്കാറില്ലേ?

മാളു : ലോകബോധ്യത്തിന് മരുന്ന് കഴിക്കാമെന്നല്ലാതെ ക്ഷയത്തിനൊന്നും മരുന്നില്ല മോളേ....
(ചുമച്ചു ചുമച്ച് മാളു അകത്തേക്ക് പോകുന്നു.)

നാണി : കലന്തറേ..... കലന്തറേ..... (*എന്ന് അൽപ്പം ഉച്ചത്തിൽ വിളിക്കുന്നു.*)

കലന്തർ : (*പ്രവേശിച്ചുകൊണ്ട്*) ഞമ്മളിവിടെത്തന്നെയുണ്ട്. എന്താണെന്നുവച്ചാ പറഞ്ഞോളിൻ മിസ്ട്രസേ.....

നാണി : കലന്തറേ..... വൈദ്യരുടെ വീടുവരെ ഒന്നു പോകണം. അമ്മയുടെ ശ്വാസംമുട്ടിനും ചുമയ്ക്കും ഒരു കുറവുമില്ല. വിവരം പറഞ്ഞ് മരുന്നുവാങ്ങി വരണം.

കലന്തർ : സാരമില്ലന്നേ..... കല്യാണത്തിനു പണിയെടുത്തിട്ടാവും..... അല്ല നമ്മുടെ സഖാവ് ബാലൻ നായരും പുതുപ്പെണ്ണുംകൂടി രാവിലെ എങ്ങോട്ടാ കെട്ടിയൊരുങ്ങിപ്പോയത്.

നാണി : കുഞ്ഞിമാളുവിന്റെ വീട്ടിൽ പോയതാ. ഓളുടെ കല്യാണം ഓളുടെ കുടുംബത്തുവച്ച് നടത്തണമെന്നായിരുന്നു അമ്മാമയുടെയും അമ്മായിയുടെയും മോഹം. കല്യാണം കഴിഞ്ഞു. സ്വീകരണവും കഴിഞ്ഞു. ഇനിയെങ്കിലും കുടുംബത്തിലൊന്നു പോകണ്ടേ! അതുകൊണ്ടവരങ്ങോട്ടു പോയതാ.

കലന്തർ : ഞമ്മള് വൈദ്യരെ കണ്ടേച്ചുവരാം. (*കലന്തർ പുറത്തേക്കു പോകുന്നു.*)

മുത്തശ്ശി : (*അകത്തുനിന്ന് പുറത്തേക്കു വന്നുകൊണ്ട്*) ആരാ നാണ്യേ.... അവിടെ വർത്തമാനം പറേണത്.

നാണി : നമ്മുടെ കലന്തർ......

മുത്തശ്ശി : ഏടുത്തു.

നാണി : അമ്മയ്ക്കു മരുന്നുവാങ്ങാൻ ഞാൻ വൈദ്യരടുത്തേക്ക് പറഞ്ഞുവിട്ടു.

മുത്തശ്ശി : മാളുവിന് ചൊമയിത്തിരി കൂടീന്നാ തോന്നണത്..... ചുമയ്ക്കുമ്പൊ കട്ടകട്ടയായിട്ടാ കഫം..... (*ദൂരെ നിന്നാരോ വരുന്നതുകണ്ടിട്ട്*) ആരോ രണ്ടു മൂന്നാളുകൾ ഇങ്ങോട്ടു വരുന്നുണ്ടല്ലോ..... ആരാ അത്?
(ഗോപാലൻ, പിണ്ടാരി കേശവമേനോൻ, വാഴയിൽ കുഞ്ഞൻ എന്നിവർ പ്രവേശിക്കുന്നു. കുഞ്ഞന്റെ കൈയിൽ ഒരു പൊതിയുമുണ്ട്.)

ഗോപാലൻ : ഞങ്ങളൊക്കെത്തന്നെ മുത്തശ്ശ്യേ......
മുത്തശ്ശി : നമ്മുടെ ഗോപാലനോ?
പിണ്ടാരി : ഗോപാലൻ മാത്രമല്ല.... വേറെയും രണ്ടുപേരുണ്ട്.
മുത്തശ്ശി : (*ചിരിച്ചുകൊണ്ട്*) കണ്ടു...... കണ്ടു......
പിണ്ടാരി : മോളുടെയും മോന്റെയും കല്യാണത്തിനോ ഞങ്ങൾക്ക് ഒന്നും തന്നില്ല.
മുത്തശ്ശി : അതിനു നിങ്ങൾ സഖാക്കന്മാരു സമ്മതിക്കേണ്ടേ.... ദാണ്ടെ നിൽക്കുന്നു ഗോപാലൻ ചോദിക്ക്.... കമ്യൂണിസ്റ്റുകാരന്റെ കല്യാണത്തിന് സദ്യയൊരുക്കിയാൽ തലപൊട്ടിത്തെറിക്കുമോ?
(*ഗോപാലൻ ചിരിക്കുകമാത്രം ചെയ്യുന്നു.*)
നാണി : മുത്തശ്ശി...... കമ്യൂണിസ്റ്റുകാർ സമൂഹത്തിനു മാതൃകയാവണം. ആർഭാടത്തിൽനിന്ന് അവർ ഒഴിഞ്ഞുനിൽക്കണം.
ഗോപാലൻ : പോട്ടെ മുത്തശ്ശി..... കല്യാണത്തിന് സദ്യ ഇല്ലായിരുന്നുവെങ്കിലും കല്യാണത്തോടനുബന്ധിച്ച് തെക്കുംമുറി സ്കൂളിൽനടന്ന ചായ സൽക്കാരവും മീറ്റിങ്ങുമൊക്കെ നന്നായില്ലേ?
മുത്തശ്ശി : അത്രയെങ്കിലും നടത്താൻ തോന്നിയല്ലൊ. അതു നന്നായി. യുദ്ധവും ഒരു റേഷനും കാരണം എത്ര കാലമായെന്നറിയാമോ പഞ്ചസാര ഇട്ടൊരു ചായ കുടിച്ചിട്ട്..... അതെങ്കിലും നടന്നു.
ഗോപാലൻ : അപ്പോ പരിപ്പുവടയും നേന്ത്രക്കാ ഉപ്പേരിയും ഒന്നും മുത്തശ്ശിയ്ക്കിഷ്ടമായില്ലേ.....
മുത്തശ്ശി : ഇഷ്ടായി.... ഇഷ്ടായി.....
വാഴയിൽക്കുഞ്ഞൻ: ഇന്നലെ തെക്കുംമുറി സ്കൂളിലേക്കുള്ള മുത്തശ്ശിയുടെ വരവ് ഒന്നു കാണേണ്ടതായിരുന്നു. ഒരു തെക്കൻ മുറി മുണ്ടുമുടുത്ത് കറുത്ത കരയുള്ള തോർത്തും പുതച്ച് കഴുത്തിൽ സ്വർണപ്പണ്ടങ്ങളുമണിഞ്ഞ്, മുടി ചീകി, കണ്ണെഴുതി, പൊട്ടുംകുത്തിയുള്ള വരവ്. ആരും ഒന്നും നോക്കിനിന്നുപോകും.
മുത്തശ്ശി : (*സ്വയം ലജ്ജിച്ച്*) പോടാ കുഞ്ഞാ...... നീയെന്നെ കളിയാക്കാനൊന്നും നിൽക്കണ്ട. നാരകത്തെ അമ്മാളുവമ്മ.... ഇപ്പോഴും സുന്ദരിതന്നെയാടാ.
ഗോപാലൻ : കുട്ടിത്തമ്പുരാന്റെയും സ. കിടാവിന്റെയും മധ്യത്തുള്ള മുത്തശ്ശിയുടെ ആ ഒരു ഇരിപ്പ്. അതാണെന്നെ ഏറെ ആകർഷിച്ചത്.
മുത്തശ്ശി : (*ചൊടിച്ചുകൊണ്ട്*) എന്നെ അവിടെ ബലാൽക്കാരമായി പിടിച്ചിരുത്തിയിട്ട് ഇപ്പോ കളിയാക്കുന്നോ.....

പിണ്ടാരി : കോലോത്തെ തമ്പുരാട്ടിയെപ്പോലെ.

ഗോപാലൻ : കളിയാക്കിയതല്ല മുത്തശ്ശി..... ഞാനതാസ്വദിച്ചു പറഞ്ഞു പോയതാണ്.

മുത്തശ്ശി : സദ്യയേക്കാൾ കേമം പ്രസംഗങ്ങളായിരുന്നു. അനുമോദന പ്രസംഗങ്ങൾ. ഈ കമ്യൂണിസ്റ്റുകാർക്കെല്ലാ കാര്യത്തിനും ഉള്ള ഒറ്റമൂലിയാണോ പ്രസംഗം. (*ചാത്തുനായർ..... ഉറക്കത്തിൽ നിന്നെണീറ്റുവരും പോലെ കേംബ്രിക് തുണികൊണ്ടു തയ്പിച്ച പഴയ മട്ടിലുള്ള ബനിയൻപോലത്തെ ഒരു ഷർട്ടുമിട്ട് അലസമായി മുണ്ടുമുടുത്ത് പ്രവേശിക്കുന്നു.*)

പിണ്ടാരി : ഇത്രയും നേരമായിട്ടും ഇങ്ങിനെയൊരു കഥാപാത്രത്തെ കണ്ടില്ലല്ലോ എന്ന് വിചാരിക്കുകയായിരുന്നു.

ചാത്തു : (*ഒരു ജാള്യതയോടെ*) അൽപ്പം ഉറങ്ങിപ്പോയി....

പിണ്ടാരി : അതു മനസിലായി..... കുറ്റംപറയുന്നില്ല. കാലാവസ്ഥ അതാണല്ലോ?

ചാത്തു : (*ചിരിച്ചുകൊണ്ട്*) – അതുകൊണ്ടൊന്നുമല്ല.

പിണ്ടാരി : (*ചിരിച്ചുകൊണ്ട്*) അതിന് ഞാനൊന്നും പറഞ്ഞില്ലല്ലോ. പറഞ്ഞോ മിസ്ട്രസേ!

നാണി : (*ചിരിച്ചുകൊണ്ട്*) അയ്യോ! ഞാനീ നാട്ടുകാരിയല്ലേ....

മുത്തശ്ശി : നാണ്യേ നിനക്കു കിട്ടിയ വിവാഹസമ്മാനങ്ങളൊക്കെ ഇവർക്കു കാണിച്ചുകൊടുക്ക്....

നാണി : അതിലെന്തു കാണിക്കാനിരിക്കുന്നു.

ഗോപാലൻ : മിസ്ട്രസിന്റെ കൈയിലെന്താണ്. ഒരു പുതിയ റിസ്റ്റുവാച്ച്....

നാണി : (*ചിരിച്ചുകൊണ്ട്*) എന്റെ അധ്യാപക ജീവിതത്തിനു ലഭിച്ച മറക്കാനാവാത്ത അംഗീകാരമാണ് ഈ വാച്ച്. തെക്കുംമുറി സ്കൂളിലെ നമ്മുടെ പഴയ വിദ്യാർഥി – എല്ലാവരും തെമ്മാടി എന്നു വിളിച്ചിരുന്ന – അബൂബക്കറുടെ സമ്മാനം. (*വാച്ച് അഴിച്ച് ഗോപാലനു കൊടുത്തുകൊണ്ട്*) ഇന്ന് അയാൾ പട്ടാമ്പി സ്റ്റേഷനിലെ പൊലീസ് ഇൻസ്പെക്ടറാണ്.

ഗോപാലൻ : (*വാച്ചു തിരിച്ചുനൽകിക്കൊണ്ട്*) ഒരു മാതൃകാ അധ്യാപികയ്ക്കു മാത്രം അർഹതപ്പെട്ട അംഗീകാരം.... ഒരു വിദ്യാർഥിയുടെ ഒരിക്കലും ക്ഷയിച്ചുപോകാത്ത ആദരവ്.

പിണ്ടാരി : കുഞ്ഞാ നമ്മുടെ സമ്മാനം കൂടി ഇങ്ങ് എടുത്തോ.

കുഞ്ഞൻ : (*പൊതിയഴിക്കുന്നു. ഒരു കൂജയും നാലു ഗ്ലാസുകളും*)

പിണ്ടാരി : മിസ്ട്രസേ, ബാലനേയും കുഞ്ഞുമാളുവിനേയും

കൂടി വിളിക്കൂ. നിങ്ങൾക്കു നാലുപേർക്കും കൂടിയുള്ള കമ്യൂണിസ്റ്റുപാർട്ടി താലൂക്ക് കമ്മിറ്റിയുടെ സമ്മാനമാണ്.... ഒരു കൂജയും ഈ നാലു ഗ്ലാസുകളും. ഈ കൂജയിൽ നാലു ഗ്ലാസു പാലുകൊള്ളും. കുടിക്കാൻ തുടങ്ങുമ്പോൾ നാലുപേരുംകൂടി ഇരുന്ന് ഓരോ ഗ്ലാസ്സ് പാലു കുടിക്കുക. ദുർമുഖങ്ങളൊന്നുമില്ലാതെ നാത്തൂന്മാർ തമ്മിൽ ഐക്യമുണ്ടാകട്ടെ! എന്തെങ്കിലും കാരണവശാൽ നിങ്ങൾ തമ്മിൽ തെറ്റിപ്പിരിഞ്ഞാൽ കൂജ പാർട്ടി ഓഫീസിൽ ഏൽപ്പിക്കണം. ഗ്ലാസുകൾ നിങ്ങൾക്ക് എടുക്കാം.
(എല്ലാവരും ചിരിക്കുന്നു.)

മുത്തശ്ശി : മേടിച്ചോളൂ മക്കളെ, പാർട്ടി തരുന്നതല്ലേ?

(രംഗദീപം പൊലിയുന്നു.)

ദൃശ്യം പതിനൊന്ന്

നാരകത്തു തറവാട്........

സമയം സന്ധ്യ.....

(രംഗദീപം തെളിയുമ്പോൾ)

(പശ്ചാത്തലത്തിൽ മാളുവിന്റെ മൂളലും ചുമയും. ഇടയ്ക്ക് നാണി ഓക്കാനിക്കുന്ന ശബ്ദം).

ചാത്തുനായർ : *(അകത്തുനിന്ന് പുറത്തേക്ക് വരുന്നു. നാണിയുടെ ഓക്കാനത്തിന്റെ ശബ്ദം കേട്ട്)* മിസ്ട്രസേ.... മിസ്ട്രസേ എന്തു പറ്റി. *(ചാത്തുനായർ അകത്തേക്ക് പോകാൻ തുടങ്ങുമ്പോൾ നാണി ചിരിച്ചുകൊണ്ട് പുറത്തേക്ക് വന്ന് ചാത്തുനായരോട്)*

നാണി : പരിഭ്രമിക്കാൻ ഒന്നും ഇല്ല്യ. മനംപുരട്ടി ഒന്ന് ഛർദിച്ചു എന്നുമാത്രം.

ചാത്തുനായർ : *(ഉൽക്കണ്ഠയോടെ)* എന്താ വല്ല ദഹനക്കേടും?

നാണി : *(ചിരിച്ചുകൊണ്ട്)* ഈ മാഷ് ഇത്ര പാവമായിപ്പോയല്ലോ? ഞാനേ.... ഞാനൊരു അമ്മയാകാൻ പോകുന്നു. അതിന്റെ തുടക്കമാണ്.

ചാത്തുനായർ : സത്യത്തിൽ ഞാൻ ഭയന്നുപോയി.

(മുത്തശ്ശി ചിരിച്ചുകൊണ്ട് പുറത്തേക്കുവന്ന്)

മുത്തശ്ശി : നാണ്യേ..... ഞാൻ എല്ലാം കേട്ടു. നീ പണിപറ്റിച്ചു. സന്തോഷായി. സന്തോഷായി. എന്റെ പരുത്തിക്കാട്ട് തേവരേ.... ഞാനൊരു ചുറ്റുവിളക്ക് വെച്ചേക്കാം..... *(നാണിയുടെ വയർ തടവിക്കൊണ്ട്)* നാണ്യേ ഇപ്പോ

എത്രയായി.....?

നാണി : മൂന്ന് മാസം.

മുത്തശ്ശി : നിനക്കൊരു ആൺകുട്ടി ജനിച്ച് ആ കുട്ടനെ കണ്ടിട്ടുവേണം എനിക്കു മരിക്കാൻ.

(അകത്തുനിന്ന് ബാലനും പുറത്തുനിന്ന് പിണ്ടാരി കേശവനും കടന്നുവരുന്നു. മുത്തശ്ശി അകത്തേക്ക് പോകുന്നു.)

ബാലൻ : കേശവേട്ടാ..... താനിനി ഇവിടെ നിൽക്കേണ്ട.... നട്ടവട്ടം ജാഥാക്കേസ് ചാർജ് ചെയ്തെന്നാ കേട്ടത്.

പിണ്ടാരി : അതു പറയാനാ ഞാൻ ഇങ്ങോട്ട് ഇപ്പോൾ വന്നത്. കേസ് ചാർജ് ചെയ്തു. ഒന്നാം പ്രതി ബാലനാണ്. ചാത്തുനായരും ഞാനും ഒക്കെ രണ്ടും മൂന്നും പ്രതികൾ. വാഴയിൽ കുഞ്ഞൻ അടക്കം കണ്ടാലറിയാവുന്ന പതിനേഴോളം പേരെ പ്രതിചേർത്തിട്ടുണ്ട്. കേസ് കുറെ ഗൗരവത്തിലാണ്. അറസ്റ്റ് ഇന്നോ നാളെയോ ഉണ്ടാവും.

ചാത്തു : താനിത്ര കണിശമായി കാര്യങ്ങൾ പറയുന്നതെങ്ങനെയാണ്.

പിണ്ടാരി : അതൊരു ട്രേഡ് സീക്രട്ടാ. ഹെഡ്കോൺസ്റ്റബിൾ അച്യുതനും ഞാനും ക്ലാസ്മേറ്റ്സ് ആണ്. ഗ്ലാസ്മേറ്റുകളും ആയിരുന്നു. തെരുവിലെ പാറുക്കുട്ടിയുടെ വീട്ടിലെ സ്ഥിരം പറ്റുപടിക്കാരും. അതുകൊണ്ട് പൊലീസിലെ എല്ലാ രഹസ്യങ്ങളും എനിക്ക് കിട്ടും.

ചാത്തു : താനിപ്പോഴും അതൊന്നും വിട്ടിട്ടില്ല അല്ലേ.

പിണ്ടാരി : അയ്യോ മറ്റേ പരിപാടികളെല്ലാം എന്നേ നിർത്തി. സ്റ്റാലിന്റെ തലയിലെ തൊപ്പിയാണേ സത്യം.

(എല്ലാവരും ചിരിക്കുന്നു.)

നാണി : എന്നാൽ മറ്റൊരു സന്തോഷവാർത്ത കൂടി അറിയിക്കട്ടെ. നാളെമുതൽ സ്കൂളിലേക്ക് ചെല്ലേണ്ടത്രെ!

ചാത്തു : എന്താ കാരണം. മാനേജരുടെ കൽപ്പനയാണോ?

നാണി : അല്ല, ഗവൺമെന്റു കൽപ്പന. കമ്യൂണിസ്റ്റ് ആക്ടിവിസ്റ്റായതുകൊണ്ട് എന്റെ സർട്ടിഫിക്കറ്റ് സസ്പെന്റ് ചെയ്തു എന്നാണ് സ്കൂൾ ഇൻസ്പെക്ടരുടെ കൽപ്പന.

ചാത്തു : എന്നെ സ്കൂളിൽനിന്ന് മാനേജർതന്നെ പിരിച്ചുവിട്ട

തുകൊണ്ട് സർക്കാരിന് ഒരു ജോലി ലാഭിച്ചു. സർട്ടിഫിക്കറ്റ് സസ്പെന്റ് ചെയ്യേണ്ടതായി വന്നില്ല.

നാണി : ഇപ്പോൾ എന്തൊക്കെയാ നാട്ടിൽ നടക്കുന്നത്. ഇന്ന് അമ്പലക്കര സ്കൂളിലെ കുട്ടിമാളു വന്നിരുന്നു. അവർ കമ്യൂണിസ്റ്റല്ലെന്ന് അംശം അധികാരിയിൽ നിന്ന് സർട്ടിഫിക്കറ്റ് വാങ്ങി കത്തിക്കുത്ത് അയ്മുവിനെ കാണിച്ച് ബോധ്യപ്പെടുത്തണമത്രെ. ഇതല്ലെങ്കിൽ സ്കൂളിൽനിന്ന് പിരിച്ചുവിടുംപോലും. ഇങ്ങനെ പല മാനേജർമാരും പാവപ്പെട്ട അധ്യാപകർക്ക് നോട്ടീസ് നൽകിയിട്ടുണ്ടെന്നാണ് കേഴ്. (*നാണി അകത്തേക്ക് പോകുന്നു.*)

ബാലൻ : ഒന്നുമായിട്ടില്ല. തുടങ്ങിയിട്ടേ ഉള്ളൂ. ഗാന്ധിജിയെപ്പോലും അവർക്ക് സഹിക്കാനാവുന്നില്ല.

ചാത്തു : ഏതായാലും ഇതൊന്നും കാണാതെ അദ്ദേഹം രക്ഷപ്പെട്ടു.

ബാലൻ : പാട്ടം ഒഴിപ്പിക്കലും കുടിയിറക്കലും വീണ്ടും ആരംഭിച്ചിട്ടുണ്ട്. കമ്യൂണിസ്റ്റ് വേട്ടയുടെ മറവിൽ. പൊലീസ് തേർവാഴ്ചയാണ്. ഇത് ചെറുത്തേ പറ്റൂ....

(*വാഴയിൽ കുഞ്ഞൻ ഓടിവരുന്നു.*)

കുഞ്ഞൻ : സഖാവേ, തെക്കുംമുറി കവലയിൽ മുഹമ്മദിന്റെ നെല്ലുകയറ്റിയ ലോറി നമ്മുടെ ആളുകൾ തടഞ്ഞിട്ടിരിക്കുന്നു. കോയമ്പത്തൂരിൽ കരിഞ്ചന്തക്കു കൊണ്ടുപോയ നെല്ലാണ്. ലോറിയിൽനിന്ന് ചാക്കു വലിച്ച് താഴത്തിട്ട് നമ്മുടെ അഹമ്മദുകുട്ടിയും സ്രാജുംകൂടി നെല്ല് നാട്ടുകാർക്കു വാരിക്കൊടുത്തു. മുഹമ്മദിന്റെ ഗുണ്ട.... ആലിക്കുട്ടി.... സ്രാജിനെ കുത്താൻ കത്തിയുമായി അടുത്തു. സ്രാജു കത്തി പിടിച്ചുവാങ്ങി ആലിക്കുട്ടിയെ കുത്തി.... എന്നിട്ട് സ്രാജു ഓടിക്കളഞ്ഞു. അഹമ്മദുകുട്ടിയെ മുഹമ്മദിന്റെ ആളുകൾ പിടിച്ചുവച്ചിരിക്കുകയാണ്. നമ്മുടെ ആൾക്കാർ എത്തിയില്ലെങ്കിൽ അയാളെ അവർ കൊല്ലും.

ബാലൻ : കുഞ്ഞൻ നടക്കൂ.... നമുക്കുടനെ അവിടെ എത്തണം.

(*ചാത്തുനായരും പിണ്ടാരിയും ഒപ്പം ഞങ്ങളും വരാം.*)

ബാലൻ : വേണ്ട, നിങ്ങളിവിടെ ഉണ്ടാവണം. അമ്മക്കു തീരെ സുഖമില്ല.

ചാത്തു : ശരി ബാലാ..... എന്തെങ്കിലും സംഭവിച്ചിട്ടുണ്ടെങ്കിൽ സംഭവസ്ഥലത്തുചെന്ന് ചാടിക്കൊടുക്കരുത്. പൊലീസിന്റെ നോട്ടപ്പുള്ളിയാണ് ബാലൻ.

ബാലൻ : എല്ലാം നോക്കിക്കണ്ടു ചെയ്തോളാം.

(ബാലനും കുഞ്ഞനും പുറത്തേക്കു പോകുന്നു. നാണി പെട്ടെന്ന് അകത്തുനിന്ന് ഓടിവന്ന്)

നാണി : ഒന്നകത്തോട്ടു വരൂ..... അമ്മയ്ക്കു വല്ലാത്ത വെപ്രാളം. ഇതുവരെ ഇങ്ങിനെ ഞാൻ കണ്ടിട്ടില്ല.

പിണ്ടാരി : ഞാൻ പോയി വൈദ്യനെ കൂട്ടിക്കൊണ്ടുവരാം.

(പിണ്ടാരി പുറത്തേക്കു പോകുന്നു. ചാത്തുനായരും നാണിയും അകത്തേക്കു പോകുന്നു.)

(പശ്ചാത്തലത്തിൽ)

(മാളുവിന്റെ മൂളലും..... ചുമയും.... ചർദിയും....)

(അകത്ത്)

നാണി : അമ്മേ..... അമ്മേ..... *(എന്നു നിലവിളിക്കുന്നു.)*

കദീശ : നാണിക്കുട്ടി അമ്മ..... പേടിക്കാണ്ടിരിക്കിൻ. നമ്മുടെ മാളുക്കുട്ടി അമ്മയ്ക്കൊന്നും സംഭവിക്കൂല....

മാളു : മോളേ നാണീ എന്റെ നെഞ്ചൊന്നു തടവിത്തരൂ. ഞാനിനി ഇല്ല മോളേ.... ഞാൻ പോവ്വായി. ബാലൻ ഏടത്തു. ബാലനെ വിളി. ബാലാ ഞാൻ പോവ്വാണ്. അമ്മേ..... അമ്മേ.....

നാണി : *(കരഞ്ഞുകൊണ്ട്)* അങ്ങനെ പറയരുതേ അമ്മേ. അമ്മയ്ക്കൊന്നും സംഭവിക്കില്ല.

(മുത്തശ്ശി പുറത്തേക്ക് വരുന്നു)

(കാലൻ കോഴിയുടേയും പട്ടിമോങ്ങലിന്റേയും ശബ്ദം.)

മുത്തശ്ശി : തെക്ക് കാലൻ കോഴിയല്ലേ കൂവുന്നത്. മാളുവിന്റെ സമയം അടുത്തുന്നാ തോന്നണത്. നിലവിളിക്കാതെ എല്ലാവരും രാമനാമം ജപിക്കിൻ. ആ പ്രാണൻ സുഖമായി സ്വർഗത്തേക്ക് തന്നെ പോകട്ടെ.

(നാണി പുറത്തേക്കുവരുന്നു.)

നാണി : *(അസഹ്യതയോടെ)* ഇങ്ങിനെയൊരു തള്ള.... ഒന്നു

മിണ്ടാതിരിക്കുന്നുണ്ടോ. *(നാണി അകത്തേക്ക് വീണ്ടും പോകുന്നു.)*

(സബ് ഇൻസ്പെക്ടർ ബാലകൃഷ്ണൻ നായരും ഹെഡ്കോൺസ്റ്റബിൾ അച്ചുതൻനായരും കത്തിക്കുത്ത് അയ്മുവും പ്രവേശിക്കുന്നു.)

കത്തിക്കുത്ത് : നാണ്യമ്മേ.... ആ ബാലൻ നായരെ ഇങ്ങോട്ടിറക്കി വിടീൻ. ആലിക്കുട്ടിയെ കൊന്നേച്ചാ ഇങ്ങോട്ട് ഓടിപ്പോന്നത്. കൊലപ്പുള്ളിയെ ഒളിപ്പിച്ചാ കേസ് എന്താന്നറിയാമോ?

(ചാത്തുനായർ പുറത്തേക്കു വന്ന് ഇൻസ്പെക്ടറോട്)

ചാത്തു : ദയവായി ബഹളം വയ്ക്കരുത്. നാണിയുടെ അമ്മ മരണശ്വാസം വലിക്കുകയാണ്. ദയവായി ഇപ്പോൾ പോകണം.

കത്തിക്കുത്ത് : ഇയാളാണേമാനേ നടുവട്ടം ജാഥാക്കേസിലെ രണ്ടാം പ്രതി.... ചാത്തുനായർ. ഇയാളെ വിട്ടുകൂടാ...

ബാലകൃഷ്ണൻ: യു ആർ അണ്ടർ അറസ്റ്റ്.

ചാത്തു : ദയവായി ഇപ്പോൾ എന്നെ അറസ്റ്റുചെയ്യരുത്. ബാലൻ ഇവിടെയില്ല. അയാളുടെ അമ്മ ഏതു നിമിഷത്തിലും മരിക്കാം. വീട്ടിൽ ആണായി ഞാനൊരുത്തനേ ഉള്ളൂ.

ബാലകൃഷ്ണൻ: കമ്യൂണിസവും കൊണ്ടു നടക്കുമ്പോൾ ഇതൊക്കെ അറിയണമായിരുന്നു. അല്ലെങ്കിൽ തന്നെ കമ്യൂണിസ്റ്റുകാർ നിങ്ങൾക്കമ്മയും പെങ്ങളുമുണ്ടോ. നീട്ടെടോ..... കൈ.

(അച്യുതൻനായർ കൈക്കു വിലങ്ങു വയ്ക്കുന്നു.)

ഇൻസ്പെക്ടർ : അച്യുതൻനായരെ വീടു സർച്ചുചെയ്യൂ.

(അച്യുതൻനായരും..... അയ്മുവുംകൂടി വീടിനകത്തു കയറുന്നു. അപ്പോഴും വീട്ടിനകത്ത് ഞരക്കവും മൂളലും കേട്ടുകൊണ്ടിരിക്കുന്നു. അച്യുതൻ നായരും അയ്മുവും പുറത്തുവരുന്നു.)

പൊലീസ് : ആ ജന്തു അവിടെയൊന്നുമില്ല സാർ.

(നാണി അകത്തുനിന്ന് പുറത്തേക്കു വന്നു. ഇൻസ്പെക്ടറുടെ കാലിൽ കെട്ടിപ്പിടിച്ചുകൊണ്ട്)

നാണി : സാർ..... ദയവായി ഇപ്പോൾ ഇദ്ദേഹത്തെ കൊണ്ടുപോകരുത്. എന്റെ അമ്മ..... മരണശ്വാസം വലിക്കുക

യാണ്. എന്തെങ്കിലും സംഭവിച്ചാൽ ഞങ്ങൾക്കാരുമില്ല.

(ഇൻസ്പെക്ടർ കാലു വലിച്ചു കുടയുന്നു. നാണി നിലത്തു വീഴുന്നു.)

ഇൻസ്പെക്ടർ : *(ചാത്തുനായരോട്)* നടക്കെടാ.... *(മുതുകിൽ ഇടിക്കുന്നു.)* പുന്നാര ആങ്ങളയോട് പറഞ്ഞേരെ നാളെ പൊലീസ് സ്റ്റേഷനിൽവന്നു കീഴടങ്ങാൻ. ഇല്ലെങ്കിൽ ഈ വീടു ഞാൻ കുളംകോരും....

(അകത്തുനിന്ന് മാളുവമ്മേ..... മാളുവമ്മേ എന്ന കദീശയുടെ ഉച്ചത്തിലുള്ള നിലവിളി.)

നാണി ഓടി അകത്തേക്ക് ചെന്ന് - അമ്മേ..... അമ്മേ ഞങ്ങളെ വിട്ടുപോയോ...... *കൂട്ട നിലവിളി.*

(കൂട്ടനിലവിളി)

(രംഗദീപം പൊലിയുന്നു.)

ദൃശ്യം പന്ത്രണ്ട്

പൊലീസ് സ്റ്റേഷൻ.... സമയം രാവിലെ പത്തുമണി രംഗവേദി തെളിയുമ്പോൾ.... ലോക്കപ്പിനു സമീപം തോക്കുംപിടിച്ച് പാറാവു നിൽക്കുന്ന പൊലീസുകാരൻ. ലോക്കപ്പിൽ ഒരു പ്രതിയെ ചോദ്യം ചെയ്യുന്നു.

അന്ത്രു : എന്നെ കൊല്ലല്ലേ..... എന്നെ കൊല്ലല്ലേ.... എനിക്കൊന്നും അറിയില്ലേ...

പൊലീസ് : എടാ അന്ത്രു പറയെടാ.... ബാലൻ എവിടെയുണ്ട് എന്ന് നിനക്കറിയാം. പറഞ്ഞില്ലെങ്കിൽ ഒറ്റച്ചവിട്ടിന് നിന്നെ കൊല്ലും.

അന്ത്രു : പൊന്നേമാനേ എനിക്കറിയില്ല. എന്നെ കൊല്ലല്ലേ എന്നെ കൊല്ലല്ലേ....

പൊലീസ് : പ്ഫതെമ്മാടി, നീ പറയില്ല അല്ലേ? നിനക്കറിയാം. എന്നിട്ടും പറയില്ല അല്ലേ? ബാലൻ ഇരിക്കുന്നിടം നിനക്കറിയാം. നീ പറയില്ലേ? നീ പറയുമോ എന്ന് നോക്കട്ടെ.....

അന്ത്രു : അയ്യോ..... അയ്യോ..... എന്റെ മർമസ്ഥാനത്ത് ചവിട്ടല്ലേ..... വെള്ളം.... വെള്ളം....

പൊലീസ് : നീ പറയില്ലേ.... നീ.... പറയില്ലേ.... നിന്നെക്കൊണ്ട് ഞാൻ പറയിപ്പിക്കും.

അന്ത്രു : അയ്യോ..... അയ്യോ.... ഞാൻ..... *(ഒരലർച്ചയോടെ ശബ്ദം നിലയ്ക്കുന്നു.)*

(പാറാവ് നിൽക്കുന്ന പൊലീസുകാരൻ അഴികൾക്ക് ഉള്ളിലൂടെ അകത്തേക്ക് നോക്കി.)

പാറാവുകാരൻ : അവന്റെ കാറ്റുപോയീ എന്നാണ് തോന്നുന്നത്.

പൊലീസ് : ഇനിയിപ്പം എന്താ ചെയ്ക?

പാറാവുകാരൻ : നോക്കിനിൽക്കാതെ അയാളുടെ ഉടുതുണി അഴിച്ച് ലോക്കപ്പ് വരാന്തയിൽ കെട്ടിത്തൂക്ക്. സത്യംപറയാൻ മടിച്ച് പ്രതി പൊലീസ് ലോക്കപ്പിൽ ഉടുവസ്ത്രത്തിൽ തൂങ്ങിമരിച്ചു. അത്രതന്നെ.

(അകത്തേക്ക് ഈ മർദനം നടക്കുമ്പോൾ പേടിച്ച് വിറച്ച് നാണി ലോക്കപ്പിന് മുന്നിൽ നിൽക്കുന്നു. ഏതാണ്ട് പ്രസവം അടുത്ത അവസ്ഥയിലാണ് നാണി. ലോക്കപ്പിന് പുറത്ത് ആരോ നിൽക്കുന്നത് മനസിലാക്കി ഒന്നുമറിയാത്ത മട്ടിൽ കപട ഗൗരവം നടിച്ച് പാറാവുകാരൻ വടിപോലെ നിൽക്കുന്നു.)

നാണി : *(വേദിയിലേക്ക് വന്ന് പാറാവുനിൽക്കുന്ന പൊലീസുകാരനോട് വളരെ വിനയത്തിൽ)* സർ, നമ്മുടെ അയ്മുസാഹിബ് ഇവിടെ വന്നിരുന്നോ.

പാറാവുകാരൻ : ഇവിടെ വരുന്നവരുടെയൊക്കെ കണക്കെടുക്കാൻ വന്നതാണോ നിങ്ങൾ?

നാണി : *(പാറാവുകാരന്റെ സുഖക്കേട് എന്തെന്ന് മനസിലാക്കിക്കൊണ്ടുതന്നെ)* അദ്ദേഹം രാവിലെ പത്തുമണിക്ക് എന്നോട് ഇവിടെ വരാൻ പറഞ്ഞിരുന്നു.

പാറാവുകാരൻ : അയാളാരാ സ്റ്റേഷൻ ഭരിക്കുന്ന ഇൻപെക്ടറോ.... പരനാറി. ഖദർ കുപ്പായവുമിട്ട് പൊലീസുകാരന്റെ കൈമടക്കു തട്ടിപ്പറിച്ച് സ്വന്തം കീശ വീർപ്പിക്കാൻ നടക്കുന്ന രാഷ്ട്രീയ കങ്കാണി.

(അയ്മു സ്റ്റേഷൻ തന്റെ ഭരണത്തിൽ കീഴിലാണെന്ന് മിസ്ട്രസിനെ ബോധ്യപ്പെടുത്താൻ കഴിയും വിധം തലയും ഉയർത്തിപ്പിടിച്ച് സ്റ്റേഷനിലേക്ക് നടന്നുവരുന്നു.)

അയ്മു : *(പാറാവുകാരനെ നോക്കി)* സലാം അലൈക്കും.... *(അഭിവാദ്യം ചെയ്യുന്നു. പൊലീസുകാരൻ അതു കേൾക്കാത്തമട്ടിൽ തിരിഞ്ഞുനിൽക്കുന്നു. ജാള്യത മറയ്ക്കാൻ)* – ങാ! നാണിയമ്മ എത്തിയോ? എത്ര മണിക്കാ നിങ്ങളോട് വരാൻ പറഞ്ഞത്. ഇത്രനേരം ഇൻസ്പെക്ടർ ഏമാൻ നിങ്ങളെ കാത്തിരുന്നു. കുറച്ചു ദേഷ്യപ്പെട്ടു. ഇപ്പോൾ അദ്ദേഹം പുറത്തേക്കു പോയതേ ഉള്ളൂ.

നാണി : പത്തുമണിക്കല്ലേ എന്നോടു വരാൻ പറഞ്ഞത്. ഇപ്പോൾ പത്തുമണിയാവാൻ പോകുന്നതല്ലേയുള്ളൂ.

അയ്മു : ഓ അങ്ങിനെയാണല്ലേ.... സാരമില്ല. എല്ലാം നമ്മുളു പറഞ്ഞ് നേരെയാക്കാം. നിങ്ങൾക്ക് ഞമ്മളെ വേണ്ടെങ്കിലും ഞമ്മക്കു നിങ്ങളെ വേണമല്ലോ.

നാണി : ഇതുവരെ നരികൾ നാട്ടിലിറങ്ങി ഉപദ്രവിക്കുകയായിരുന്നു. ഇപ്പോൾ ഇരകളെ അയ്മുവിനെപ്പോലുള്ളവർ നരിമടയിലേക്ക് തന്നെ എത്തിക്കുകയാണ് അല്ലേ? നടക്കട്ടെ നടക്കട്ടെ ഇപ്പോൾ നിങ്ങളെപ്പോലുള്ളവരുടെ ഒക്കെ കാലമാണല്ലോ.

അയ്മു : നാണിയമ്മേ നിങ്ങളുടെ ചാത്തുനായരും ബാലനുമൊക്കെ ചെയ്തത് നല്ല മര്യാദയാണല്ലേ. കൊള്ളയും കൊലയും തട്ടിപ്പറിയുമൊക്കെയായാൽ ആളുകൾക്ക് നാട്ടിൽ കഴിഞ്ഞുകൂടണമല്ലോ. എന്തും ആകാമെന്നു വിചാരിക്കണ്ട. ഇതു വെള്ളക്കാരന്റെ രാജ്യമാണ് അതു മറക്കരുത്.

നാണി : (*ചിരിച്ചുകൊണ്ട്*) വെള്ളക്കാരൊക്കെ പോയി എന്നും നമുക്കു സ്വാതന്ത്ര്യമായി എന്നുമാണല്ലോ പറയുന്നത്. ഒരു കാര്യം മനസിലായി. ആരു ഭരിച്ചാലും അയ്മുവിനെപ്പോലെയുള്ളവർക്കാണ് സ്വാതന്ത്ര്യം. പൊലീസുകാർക്കാണ് പരമാധികാരം. ഇരിക്കട്ടെ എന്നെ എന്തിനാ ഇൻസ്പെക്ടർ വരാൻ പറഞ്ഞത്. (*ചിംകംബാലകൃഷ്ണനും ഹെഡ്കോൺസ്റ്റബിൾ അച്യുതൻനായരും കയറിവരുന്നു.*)

ഇൻസ്പെക്ടർ : (*സൗമ്യമായി*) ഞാൻ തന്നെ പറയാം. ബാലൻ നായരെ എത്രയും പെട്ടെന്ന് ഹാജരാക്കണം. അതു പറയാനാ നിങ്ങളെ വിളിപ്പിച്ചത്.

നാണി : (*നിസ്സഹായയായി*) ഞാനെങ്ങിനെ ഹാജരാക്കാനാ സാർ.

ഇൻസ്പെക്ടർ : ഇല്ലെങ്കിലേ അനുജനുപകരം ഏടത്തി ജയിലിൽ കിടക്കേണ്ടിവരും.

നാണി : സർ, കുറച്ചുകൂടി മനുഷ്യത്വം കാണിക്കണം. എന്റെ അമ്മ മരിച്ചു. ഭർത്താവിനെ നിങ്ങൾ കള്ളക്കേസിൽ കുരുക്കി ജയിലിലാക്കി. എന്റെ ഏക സഹോദരനെ കൊലക്കേസിൽ പ്രതിയാക്കി വേട്ടയാടുന്നു. എഴുപതിലേറെ വയസുള്ള എന്റെ മുത്തശ്ശിയും പ്രസവം ഇന്നോ നാളെയോ എന്നറിയാത്ത പൂർണ ഗർഭിണിയായ ഞാനും..... ഞങ്ങളെന്തപരാധം ചെയ്തു സാർ.

ഇൻസ്പെക്ടർ : കൊള്ളുമല്ലോടി. നിനക്കു പ്രസംഗിക്കാനറിയാം. പക്ഷേ പ്രസംഗം ഇവിടെ വേണ്ട. എനിക്ക് രണ്ടിലൊന്നറിയണം. ബാലനെ ഹാജരാകുമോ ഇല്ലയോ?

നാണി : (*നിസ്സഹായയായി*) ബാലൻ എവിടെ ഉണ്ടെന്നെനിക്കറിയില്ല സാർ. പിന്നെ ഞാനെങ്ങനെ ഹാജരാക്കും.

ഇൻസ്പെക്ടർ : നിനക്കറിയില്ല അല്ലേ? അച്യുതൻനായരെ ആ കുറിപ്പ് ഇങ്ങെടുക്കൂ. (*അച്യുതൻനായർ ഒരു കുറിപ്പ് ഇൻസ്പെക്ടറെ ഏൽപ്പിക്കുന്നു.*)

ഇൻസ്പെക്ടർ : (*നാണിയെ കത്തു കാണിച്ചുകൊണ്ട്*) ഇത് നിന്റെ കൈയക്ഷരമല്ലേ.

(*നാണി മിണ്ടുന്നില്ല.*)

എന്താ നാവിറങ്ങിപ്പോയോ? മിണ്ടാട്ടമില്ലേ?

(*ഇൻസ്പെക്ടർ കത്തു വായിക്കുന്നു.*)

പ്രിയപ്പെട്ട കുഞ്ഞിമാളുവിന്,

സംഭവങ്ങളെല്ലാം ഞാനറിഞ്ഞു. നീ ഒന്നുകൊണ്ടും വിഷമിക്കരുത്. ബാലൻ സുരക്ഷിതനാണ്. സൗകര്യമായി ബാലനെ കാണാൻ ഏർപ്പാടാക്കാം. അമ്മാമ അറിയേണ്ട. കത്തുവായിച്ച് കീറിക്കളയുക.

സ്വന്തം നാണി

അപ്പോൾ ബാലൻ എവിടെയുണ്ടെന്ന് നിനക്കറിയില്ല അല്ലേ.

നാണി : സത്യമായിട്ടും എനിക്കറിയില്ല സാർ.

ഇൻസ്പെക്ടർ : പിന്നെ ഈ കത്തിൽ പറഞ്ഞിട്ടുള്ളതോ. ഇതെങ്ങനെ ഞങ്ങടെ കൈയിൽ കിട്ടി എന്നായിരിക്കും. പറഞ്ഞുകൊടുക്കെടോ അച്യുതൻനായരേ.

അച്യുതൻനായർ: നിന്റെ അമ്മാമ എന്നെ ഏൽപ്പിച്ചതാണ്. ഈ അയ്മുവിന്റെ ഒരു ഹറാം പിറന്ന മോനുണ്ടല്ലോ കലന്തർ- അവനാണ് നിന്റെ ഹംസം അല്ലേ. അവനെ ഞങ്ങടെ കൈയിൽ കിട്ടും.

ഇൻസ്പെക്ടർ : (*ചാടി അടുത്തുചെന്ന്*) എന്തു പറയുന്നെടീ. ബാലന്റെ ഷെൽട്ടർ നീ പറഞ്ഞു തരുന്നോ, അതോ ഇപ്പോൾ ഇവിടെ പ്രസവിക്കണോ.

നാണി : മടിക്കേണ്ട, ചവിട്ടിക്കൊള്ളൂ എനിക്കു മരിക്കാൻ പേടിയില്ല.

ഇൻസ്പെക്ടർ : നീ അങ്ങനെ ഒറ്റച്ചവിട്ടിന് മരിച്ചുകൂടാ.... മൊട്ടുസൂചികൊണ്ടൊരു പ്രയോഗമുണ്ട്. അതു കഴിയുമ്പോൾ എല്ലാം തത്ത പറയുംപോലെ നീ പറയും. അച്യുതൻനായരെ അറസ്റ്റു രേഖപ്പെടുത്തേണ്ട. ഇവൾ രണ്ടു ദിവസം ലോക്കപ്പിൽ കിടക്കട്ടെ. എന്നിട്ട് കോടതിയിൽ ഹാജരാക്കാം.

അച്യുതൻനായർ: നടക്കെടീ ലോക്കപ്പിൽ. ഒരു രാത്രി നീ കണ്ടിട്ടില്ലാത്ത പലതും നീയിന്ന് അവിടെവച്ചു കാണും.

(രംഗദീപം പൊലിയുന്നു.)

(വീണ്ടും രംഗദീപം തെളിയുമ്പോൾ..... നാണി ലോക്കപ്പിനകത്ത് അഴി പിടിച്ചു നിൽക്കുന്നു. അൽപ്പം കഴിഞ്ഞ് അതുവഴി കടന്നുവന്ന അച്യുതൻ നായരെ വിളിച്ച്)

നാണി : ഹേ മിസ്റ്റർ ഹെഡ്കോൺസ്റ്റബിൾ എനിക്കു വിശക്കുന്നു. എന്റെ കുട്ടി വയറ്റിൽ കിടന്നു പിടയുന്നു. നിങ്ങടെ ഏമാനോടു പറയൂ എനിക്ക് ചോറുവാങ്ങിത്തരാൻ.

അച്യുതൻനായർ: നിന്റെ കുട്ടിയല്ലേ. ഒരുനേരം ഒന്നും കഴിച്ചില്ലെന്നുവച്ച് അത് ചാകത്തൊന്നുമില്ല. ചത്താൽ അതും ലോകത്തിന് ആശ്വാസം. ഒരു കമ്യൂണിസ്റ്റിന്റെ ഭാരം ഒഴിയും അത്രതന്നെ.

പാറാവുകാരൻ : ഹേഡ് അങ്ങത്തെ നമ്മുടെ അമ്മായി തരക്കേടില്ലല്ലോ. അമ്മാമ ഇവിടെ വന്നിട്ട് കാലം കുറച്ചായല്ലോ. പിന്നെങ്ങനെ അമ്മായി വയറ്റിൽ ഈ പണി ഒപ്പിച്ചു.

അച്യുതൻനായർ: എടോ അത് അറിയാൻമേലേ. ഇഞ്ചക്ട് ചെയ്യാൻ എത്ര സൂചികളുണ്ടെടാ നാട്ടിൽ. നാട്ടിലെ സഖാക്കൾക്കെല്ലാം കൂടിയുള്ള പൊതു ഭാര്യയാണെടെ നമ്മുടെ അമ്മായി. എന്തൊരുദാരമതി.

നാണി : മര്യാദയ്ക്കു സംസാരിച്ചില്ലെങ്കിൽ വായിൽ തോന്നിതു ഞാനും പറയും.

(കൈയിൽ വിലങ്ങുവച്ച് പിണ്ടാരിയെ കൊണ്ടുവരുന്നു. രണ്ട് മഫ്ടി പൊലീസുകാരും ചിംകം ഇൻസ്പെക്ടറും ചേർന്ന് ലോക്കപ്പിനുമുന്നിൽ)

ഇൻസ്പെക്ടർ : നീ ജയിൽചാടും ഇല്ലേടാ.... പറയെടാ ബാലനെവിടെയുണ്ട്.... ഗോപാലനെവിടെയുണ്ട്..... നിനക്കറിയാം.

പിണ്ടാരി : എനിക്കറിയാം. എനിക്കറിയാം. പക്ഷേ ഞാൻ പറയില്ല.

ഇൻസ്പെക്ടർ : നീ പറയില്ലേടാ നായേ?

പിണ്ടാരി : നായ നിന്റെ തന്തയാണെടാ. നായിന്റെമോനേ ഞാൻ പറയില്ല എന്നു പറഞ്ഞാൽ പറയില്ല.

ഇൻസ്പെക്ടർ : നിന്നെ കൊന്നു കളയും. *(വീണ്ടും ഇടിക്കുന്നു. ഇടി കഴിഞ്ഞ് ഇൻസ്പെക്ടർ ഒന്നുമാറിയപ്പോൾ പിണ്ടാരി തലയുയർത്തി ലോക്കപ്പലിലേക്ക് നോക്കുന്നു നാണിയെക്കണ്ട്)*

പിണ്ടാരി : *(മുഷ്ടി ചുരുട്ടി)* ലാൽസലാം സിസ്റ്റർ. പേടിക്കണ്ട. ബാലൻ സുഖമായിരിക്കുന്നു. ചിംകം ബാലകൃഷ്ണനല്ല അവന്റെ തന്ത വിചാരിച്ചാൽ ബാലനെ പിടി

ക്കാൻ കഴിയില്ല.
(ഒരു മഫ്ടി പൊലീസുകാരൻ പിന്നിൽനിന്നും ചവി ട്ടുന്നു. മുഖം കുത്തി വീഴുന്നു.)

ഇൻസ്പെക്ടർ : കൊണ്ടുപോ കഴുവേറിയെ ആ ഇരുട്ടറയിലേക്ക്. ബാലനെവിടെയുണ്ടെന്നറിഞ്ഞിട്ട് ഇവനെ ജയിലി ലേക്കയയ്ക്കാം.....
(പിണ്ടാരി ഉരുണ്ടുപിരണ്ട് എഴുന്നേൽക്കുന്നു.)

പിണ്ടാരി : *(എഴുന്നേറ്റ് അച്യുതൻനായരോട്)* എടാ അച്യുതാ ഒരു ബീഡി താടാ, പ്ലീസ് ഒരു ബീഡി താ.

ഇൻസ്പെക്ടർ : കൊണ്ടു പോ ഇവനെ..... ആ ഇരുട്ടറയിലിട്ട് ഇവന്റെ കാലിലേയും കൈയിലേയും നഖങ്ങൾക്കിടയിൽ മൊട്ടുസൂചി അടിച്ചുകേറ്റ്. എന്നിട്ട് ഞാനങ്ങോട്ടു വരാം. ഇവന് ഒരു കെട്ട് ബീഡിയുമായി. ഇവന്റെ കാലു തല്ലി ഒടിക്കണം. ഇനി എങ്ങിനെ ജയിൽ ചാടു മെന്ന് നോക്കാമല്ലോ.
(ഇൻസ്പെക്ടറും പരിവാരങ്ങളും പിണ്ടാരിയുമായി അകത്തേക്കു പോകുന്നു.)
(കൈയിൽ വിലങ്ങുമായി ചാത്തുനായർ ഒരു പൊലീ സുകാരന്റെ അകമ്പടിയോടെ ലോക്കപ്പിനു മുന്നിൽ എത്തുന്നു.)
(നാണിയും ചാത്തുനായരും പരസ്പരം നിമിഷനേരം നോക്കിനിൽക്കുന്നു. ആരും ഒന്നും മിണ്ടുന്നില്ല.)

നാണി : ഇന്ന് നടവട്ടം ജാഥാ കേസിന്റെ വിധി പറയുകയാ ണല്ലേ.

ചാത്തു : അതെ, വിധിപറയും, തെളിവൊന്നുമില്ല. കേസ് വെറു തെവിടും എന്നാണ് വക്കീൽ പറഞ്ഞത്. പക്ഷേ ജയി ലിൽ നിന്നിറങ്ങാനാവില്ല. വിചാരണയും കാത്ത് പല കേസുകൾ ഇനിയും ബാക്കിയുണ്ട്.

നാണി : എന്നെ കോടതിയിൽ ഹാജരാക്കിയിട്ടില്ല.

ചാത്തു : കേസൊന്നുമില്ല. മനോവീര്യം കെടുത്താനാണ്. ഒരു പക്ഷേ ഒരാഴ്ച ജയിലിൽ കിടക്കേണ്ടിവരും.

നാണി : സാരമില്ല. എന്തുംവരട്ടെ. വരുന്നിടത്തുവച്ചു കാണാം.

ചാത്തുനായർ : ഈ കേസൊക്കെ കഴിഞ്ഞ് എന്നാണെനിക്ക് പുറം ലോകം കാണാൻ കഴിയുക *(വിതുമ്പുന്നു കണ്ണു നീരോടെ)* ഒരുപക്ഷേ കുട്ടിയെ കാണാൻ തരപ്പെടു മായിരിക്കും.
(കണ്ണുനീർ ധാരധാരയായി ഒഴുകുന്നു.)

നാണി : എന്താ ഈ കാണിക്കുന്നത്. കണ്ണു തുടയ്ക്കൂ. ധൈര്യമായിരിക്കൂ! ആരും നിർബന്ധിച്ചു പാർട്ടിയിൽ

ചേർത്തതല്ലല്ലോ.

പൊലീസുകാരൻ: പോകാം. കോടതി സമയമായി.

ചാത്തു : *(ഗദ്ഗദകണ്ഠനായി)* ശരി..... പോട്ടെ.

നാണി : *(ഒന്നും മിണ്ടാതെ കൈകാണിക്കുന്നു.)*

(രംഗദീപം പൊലിയുന്നു.)

ദൃശ്യം പതിമൂന്ന്

നാരകത്തു തറവാട്.
സമയം രാത്രി.
(രംഗദീപം തെളിയുമ്പോൾ മുത്തശ്ശിയും നാണിയും വരാന്തയിൽ തിണ്ണയിൽ മുഖത്തോടു മുഖംനോക്കിയിരിക്കുന്നു. തൊട്ടടുത്ത് കദീശയും.... പെട്ടെന്ന് ഒരു ടോർച്ചിന്റെ വെളിച്ചം. ചടപടാന്ന് ഇൻസ്പെക്ടറും അച്യുതൻനായരും കത്തിക്കുത്ത് അയ്മുവും കടന്നുവരുന്നു.)

മുത്തശ്ശി : കാലന്മാർ ജീവിക്കാൻ സമ്മതിക്കില്ല അല്ലേ. (*അകത്തേക്കു പോകുന്നു.*)

ഇൻസ്പെക്ടർ : മക്കളെവിട്ട് നാട്ടിൽ കൊള്ളയും കൊലയും നടത്തിയിട്ട് അങ്ങനെ സുഖമായി ജീവിക്കേണ്ട.

നാണി : ഇൻസ്പെക്ടർ ഇത് അനീതിയാണ്.

ഇൻസ്പെക്ടർ : നീതിയും അനീതിയും ഒക്കെ ഞങ്ങൾ തീരുമാനിച്ചുകൊള്ളാം.

അയ്മു : നാണിയമ്മേ നിങ്ങളോട് കുറെദിവസമായി പറയുകയല്ലേ ബാലൻ നായരെ പിടിച്ചുതരാൻ.

നാണി : നിങ്ങളു വിചാരിച്ചിട്ട് പിടിക്കാൻ കഴിയാത്ത ആളിനെ ഞങ്ങളെങ്ങനെ പിടിക്കാൻ.

ഇൻസ്പെക്ടർ : (*ചിരിച്ചുകൊണ്ട്*) ആരും പിടിച്ചുതരണ്ട. ബാലൻ തനിയെ പൊലീസിനു കീഴടങ്ങും. അതുവരെ നിങ്ങടെ മുത്തശ്ശിയെ ഞങ്ങൾ അറസ്റ്റുചെയ്തു കൊണ്ടുപോകുന്നു.

നാണി : ബാലൻ ചെയ്ത കുറ്റത്തിന് മുത്തശ്ശിയെ അറസ്റ്റു

		ചെയ്യുന്നതിനെന്തർഥം.
ഇൻസ്പെക്ടർ	:	അർഥവും സാരവും ഒന്നും ഞങ്ങൾ നോക്കുന്നില്ല. നിങ്ങളാണ് ബാലനെ ഒളിപ്പിച്ചിരിക്കുന്നത്. കുറ്റവാളികളെ സഹായിക്കുന്നവരും നിയമത്തിനുമുന്നിൽ കുറ്റവാളികളാണ്. അത് ഓർമയിരിക്കട്ടെ. എവിടെ ആ തള്ള ഞാനവരെ അറസ്റ്റു ചെയ്തിരിക്കുന്നു.
നാണി	:	സർ നിങ്ങൾ തെറ്റിദ്ധരിച്ചിരിക്കയാണ്. ഞങ്ങൾ ബാലനെ ഒരു തരത്തിലും സഹായിച്ചിട്ടില്ല. ഞാനിതേവരെ താങ്കളോട് ഒന്നും അപേക്ഷിച്ചിട്ടില്ല. ഇപ്പോൾ ഒരപേക്ഷയുണ്ട്. എന്റെ മുത്തശ്ശിക്ക് എഴുപതു വയസുകഴിഞ്ഞു. ദയവായി നിങ്ങൾ അവരെ അറസ്റ്റു ചെയ്യരുത്.
ഇൻസ്പെക്ടർ	:	അച്യുതൻനായരെ അകത്തുകയറി ആ തള്ളയെ പിടിച്ചുകൊണ്ടു വരൂ. *(അച്യുതൻനായർ അകത്തേക്കു പോകുന്നു.)*
മുത്തശ്ശി	:	*(അകത്ത്)* എന്നെ പിടിക്കുകയും വലിക്കുകയും ഒന്നും വേണ്ട. താൻ നടന്നോ. ഞാനിതാ വന്നു *(അച്യുതൻനായർ മുന്നിലും മുത്തശ്ശി പിന്നിലുമായി ഇറങ്ങിവരുന്നു.)*
മുത്തശ്ശി	:	*(ഇൻസ്പെക്ടറോട്)* എന്തിനാ എന്നെ വിളിച്ചത്.
ഇൻസ്പെക്ടർ	:	എന്നാൽ പിന്നെ പോവ്വാല്ലേ. ജയിലിലറ്റം പോകണം.
മുത്തശ്ശി	:	ഞാനെന്തിനാ ജയിലിൽ പോരണത്. ഞാൻ കട്ടിട്ടില്ല, ആരെയും വെട്ടിക്കൊന്നിട്ടുമില്ല. പിന്നെന്തിനാ എന്നെ ജയിലിൽ കൊണ്ടുപോണത്. എനിക്കിപ്പൊ വരാൻ മനസില്ല. *(തിരിഞ്ഞ് അകത്തേക്ക് നടക്കാൻ തുടങ്ങുന്നു.)*
ഇൻസ്പെക്ടർ	:	അതൊന്നും പറ്റില്ല. അവിടെ നിൽക്കൂ, നിങ്ങളെ അറസ്റ്റു ചെയ്തിരിക്കുന്നു.
മുത്തശ്ശി	:	എന്തുചെയ്താലും വേണ്ടില്ല. എനിക്ക് ഇപ്പൊ പോരാൻ പറ്റില്ല. *(നാണിയെ ചൂണ്ടിക്കാട്ടി)* ഇവള് ഇങ്ങനെ ഇരിക്ക്യാ. പത്താം മാസമാണ്. ഇന്നെ ജയിലിക്കൊണ്ടുപോകാൻ കണ്ടൊരു നേരം. *(മുത്തശ്ശി തിരിഞ്ഞുനടക്കാൻ തുടങ്ങുന്നു.)*
ഇൻസ്പെക്ടർ	:	അച്യുതൻനായരെ അവരുടെ കൈയിൽ ചങ്ങല വയ്ക്കൂ.
അച്യുതൻനായർ	:	*(മുത്തശ്ശിയുടെ അടുത്തുചെന്ന് കൈക്കു പിടിക്കുന്നു.)*
മുത്തശ്ശി	:	*(ഗൗരവത്തിൽ)* നാണ്യേ ഞാൻ പോണോ. ഇബര്ദാ എന്നെ പിടിക്കുണു.

നാണി : അവര് മുത്തശ്ശിയെ കൊണ്ടേപോകൂ എന്നുവച്ചാൽ പിന്നെ എന്താ ചെയ്ക.
(അച്യുതൻനായർ മുത്തശ്ശിയുടെ കൈയിൽ വിലങ്ങുവയ്ക്കുന്നു.)

മുത്തശ്ശി : പോരണം എന്നുറപ്പിച്ചാൽ എനിക്ക് ചങ്ങലേം മാലേം ഒന്നും വേണ്ട. വേണോ, വേണ്ടയോ എന്നാണ് ഇപ്പോഴും ഉറയ്ക്കാത്തത്.

ഇൻസ്പെക്ടർ : പോരണം എന്നുറപ്പിച്ചോളൂ.

മുത്തശ്ശി : ഒരാൾക്കുപകരം മറ്റൊരാളെ അയച്ചാൽ മതിയോ. എന്റെ നാണി നിറവയറുമായി നിൽക്കുന്നതു കൊണ്ടാ.

ഇൻസ്പെക്ടർ : *(അറിയാതെ ചിരിച്ചുപോകുന്നു.)*

മുത്തശ്ശി : ഒരാൾക്കുപകരം മറ്റൊരാൾ വന്നാൽ മതി എന്നുവച്ചാൽ ഈ നിൽക്കണ സ്മാലന്റെ കെട്ട്യോളെക്കൂടെ പറഞ്ഞയച്ചു തരാം.

ഇൻസ്പെക്ടർ : അതൊന്നും പറ്റില്ല. അച്യുതൻനായരെ ഇവരെ വീട്ടിൽനിന്നും പിടിച്ചിറക്ക്.
(അച്യുതൻനായർ മുത്തശ്ശിയുടെ കൈക്കു പിടിക്കാനടുക്കുന്നു.)

മുത്തശ്ശി : എന്നെ പിടിക്കും വലിക്കും ഒന്നും വേണ്ട. പോവ്വാച്ചാൽ പോവ്വുകതന്നെ. നാണ്യേ അകത്തുപോയി എന്റെ നല്ല ഒരു രണ്ടാം മുണ്ടും വടിയും ഇങ്ങെടുത്തോ. കൂട്ടത്തിൽ കുറച്ചു ഭസ്മവും ഉമിക്കരിയും കൂടി ആയിക്കോട്ടെ. *(കദീശ അകത്തുപോയി രണ്ടാം മുണ്ടും വടിയും രണ്ടു ചെറിയ പൊതികളും കൊണ്ടു കൊടുക്കുന്നു.)*

മുത്തശ്ശി : *(യാതൊന്നും സംഭവിക്കാത്തമട്ടിൽ)* ഇസ്പ്പട്ടരേ.... എന്നാൽ നമുക്കു നടക്കാം. കദീശേ നാണ്യേ നല്ലോണം നോക്കിക്കോണം. പ്രസവം ഇന്നോ നാളെയോ ഉണ്ടാവും. ചാത്തുവിന്റെ അമ്മ ആ പറങ്ങോടിയെ ക്കൂടി ഒന്നറിയിച്ചേക്ക്. നാണ്യേ ഞാനിറങ്ങട്ടെ! വിധിയുണ്ടെങ്കി കുഞ്ഞിന്റെ ചോറൂണിനുമുൻപ് തിരിച്ചെത്താം.....
(മുത്തശ്ശി ഒരു കൂസലുമില്ലാതെ കൈവിലങ്ങുമണിഞ്ഞ് പുറത്തേക്കു പോകുന്നു. കൂടെ പൊലീസുകാരും)
(നാണി അതുംനോക്കി കുറെനേരം അങ്ങനെ നിന്നു. എന്നിട്ടു പതുക്കെ തിണ്ണയിലിരിക്കുന്നു. പുറത്തു നിന്ന് കലന്തർ.... നാണിയമ്മേ നാണിയമ്മേ എന്നു

വിളിച്ച് പരവേശപ്പെട്ടു കടന്നുവരുന്നു.)

നാണി : എന്താ..... കലന്തറേ എന്തുപറ്റി.

കലന്തർ : ഇതാ കുഞ്ഞിമാളുവമ്മയുടെ കത്ത്.

നാണി : നീയെന്താ പേടിച്ചു വിറച്ചപോലെ. നിന്നെ ആരെങ്കിലും ഓടിച്ചോ? അതോ വല്ലതും കണ്ടു പേടിച്ചോ?

കലന്തർ : വരുന്ന വഴിക്ക് എന്നെ ഒരു മൂർഖൻ പാമ്പു കൊത്തി. കാല് ആകെ തരിച്ചു കേറണു. കണ്ണിന്റെ കാഴ്ച കുറേശ്ശെ, കുറേശ്ശെ മങ്ങുന്നു. എങ്ങനെയും ഞാനെന്റെ കുടിയിൽ ചെന്നു കേറട്ടെ അല്ലെങ്കിൽ നിങ്ങക്കു തൊന്തരവാകും. (*കലന്തർ ഏന്തിവലിച്ചു നടക്കാൻ ശ്രമിക്കുന്നു. നിലത്തുവീഴുന്നു. തിണ്ണയിൽ ചാരി ഇരിക്കുന്നു.)*

നാണി : കലന്തറേ..... എന്റെ മോനേ നീ ചതിച്ചോ? എനിക്ക് വല്ലാതെ വരുന്നു..... ഇത്താത്ത എന്നെ താങ്ങിക്കോളൂ. (*കദീശ നാണിയെത്താങ്ങി അകത്തേക്ക് കൊണ്ടുപോകുന്നു.)*

(അകത്തുനിന്ന്)

നാണി : അയ്യോ എന്റെ നടുവേ.... എന്റെ..... അമ്മേ..... അമ്മേ.... ഞാനിപ്പം ചത്തുപോകുമേ.

കദീശ : നാണിയമ്മേ... നാണിയമ്മേ..... ഈ പായിലോട്ട് കിടക്കിൻ. പേറ്റുനോവാണ്. കടിച്ചുപിടിച്ച് സഹിച്ചേ പറ്റൂ. ഇപ്പോ രണ്ടും രണ്ട് പാത്രമാകും.

(നാണിയുടെ മുക്കലും മൂളലും)

നാണി : അമ്മേ എന്റെ അമ്മേ (*അലർച്ചയോടെ വിളിക്കുന്നു.)*

(പിറന്നുവീണ ഒരു കുഞ്ഞിന്റെ ഉച്ചത്തിലുള്ള കരച്ചിൽ.)

കദീശ : പടച്ചോനെ നീ ഞമ്മളെ കാത്തു. തങ്കക്കുടംപോലെ ഒരാൺകുഞ്ഞ്. (*കുഞ്ഞിന്റെ കരച്ചിൽ തുടരുന്നു.)*

(പുറത്ത് കലന്തറുടെ വായിൽനിന്ന് ചോരയൊഴുകുന്നു. പിടഞ്ഞുപിടഞ്ഞു മരിക്കുന്നു.)

(രംഗദീപം പൊലിയുന്നു.)

ദൃശ്യം പതിനാല്

നാരകത്തു തറവാട്.
സമയം സന്ധ്യകഴിഞ്ഞു.
രംഗദീപം തെളിയുമ്പോൾ.
(അകത്ത് നാണി കുട്ടിയെ ഉറക്കുന്ന ശ്രുതി മധുരമായ ഒരു താരാട്ട്)

നാണി : അവനുറങ്ങി എന്നു തോന്നുന്നു. കദീശ താത്തേ..... കുട്ടിയെ ഒന്നു നോക്കിക്കോളൂ. ഞാനൊന്നു മേൽകഴുകി വരട്ടെ.

കദീശ : നാണിയമ്മ പൊയ്ക്കോളൂ. എന്റെ തങ്കക്കട്ടയെ ഞാൻ നോക്കിക്കോളാം.

(അൽപ്പസമയം കഴിഞ്ഞ് ഒരു പൊലീസ് ഇൻസ്പെക്ടർ പാത്തും പതുങ്ങിയും വരാന്തയിലേക്ക് കയറുന്നു. അൽപ്പനേരം പരിസരം വീക്ഷിക്കുന്നു. വീട്ടിൽ മോഷണത്തിനു കയറുന്ന കള്ളനെപ്പോലെ അയാൾ ഒച്ചയും ബഹളവും ഒന്നും ഉണ്ടാക്കാതെ വീട്ടിനകത്തേക്കു കയറുന്നു. തൊട്ടിലിൽ ഉറങ്ങിക്കിടക്കുന്ന കുട്ടിയെ വാരിയെടുക്കുന്നു. കുട്ടി ഉറക്കത്തിൽനിന്ന് ഞെട്ടിയുണർന്ന് വാശിയോടെ കരയുന്നു. അടുക്കളയിൽ എന്തോ തട്ടിമറിയുന്ന ശബ്ദം.

ഇൻസ്പെക്ടർ മുറിക്കകത്തു കയറുന്നതുകണ്ട് കത്തിക്കുത്ത് അയ്മു അയാളെ പിന്തുടർന്ന് വരാന്തയിലേക്ക് കയറുന്നു. അകത്തു നടക്കുന്നത് എന്തൊക്കെയാണെന്ന് ചെവിവട്ടം പിടിക്കുന്നു.

അടുക്കളയിലായിരുന്ന കദീശ കുഞ്ഞു കരയുന്നതു

കേട്ട് ഓടിവരുമ്പോൾ പൊലീസ് ഇൻസ്പെക്ടർ കുട്ടിയെ എടുത്തുകൊണ്ടു നിൽക്കുന്നതാണ് കണ്ടത്.)

കദീശ : നാണിയമ്മേ..... നാണിയമ്മേ..... നമ്മടെ കുട്ടിയേ..... ഇതാ ഇൻസ്പെക്ടരേമാൻ....

നാണി : എന്റെ കുഞ്ഞിനെ കൊല്ലല്ലേ.... എന്റെ കുഞ്ഞിനെ കൊല്ലല്ലേ..... (*എന്നു നിലവിളിക്കുന്നു.)*

ഇൻസ്പെക്ടർ : ഏടത്തീ ഇതു ഞാനാണ് ബാലൻ..... എന്റെ മരുമകനെ കാണാൻ വന്നതാണ്.

നാണി : ബാലാ നീ ഈ വേഷത്തിൽ.....

(*പുറത്ത്*)

അയ്മു : അങ്ങനെ വരട്ടെ.... ഞമ്മളെ പറ്റിക്കാൻ ആങ്ങളെയും പെങ്ങളെയുംകൂടി നടത്തിയ നാടകം.... ബാലൻനായരെ ഇന്നു തന്റെ അവസാനം.

(*അകത്ത്*)

ബാലൻ : ഞാൻ പോട്ടെ. ഇനി അമാന്തിച്ചാൽ ചിലപ്പോൾ പൊലീസ് വലയിലാകും.

നാണി : കദീശത്താത്താ..... കുട്ടിയെ തൊട്ടിലിൽ കിടത്തിക്കോളൂ. നമുക്കു മുൻവശത്തുപോകാം. ഇല്ലെങ്കിൽ ആരെങ്കിലും വന്നാൽ അറിയില്ല.

(*സബ് ഇൻസ്പെക്ടറുടെ വേഷത്തിൽ ബാലൻ മുന്നിലും തല ഉച്ചിയിൽക്കെട്ടി മഞ്ഞൾ പുരണ്ട മുണ്ടുകൊണ്ട് മുലക്കച്ച കെട്ടി പ്രസവംകഴിഞ്ഞ് എഴുന്നേറ്റ ഒരു സ്ത്രീയുടെ വേഷത്തിൽ നാണി പിന്നിലുമായി പ്രവേശിക്കുന്നു. അവർ വരുന്നതറിഞ്ഞ് അയ്മു രംഗത്തുനിന്ന് പിൻവലിയുന്നു.)*

ബാലൻ : ഏടത്തി പേടിച്ചുപോയോ?

നാണി : സത്യമായും ഞാൻ പേടിച്ചു. പൊലീസുകാരല്ലെ എന്തും ചെയ്യും. എഴുപതു വയസായ മുത്തശ്ശിയെ ജയിലിൽ വച്ചവർക്ക് എന്റെ കുട്ടിയെ കൊല്ലാൻ എന്താ മടി. അമ്മയും പെങ്ങളുമില്ലാത്ത കൂട്ടങ്ങൾ.

ബാലൻ : കുട്ടിയെ ഒന്നു കാണാൻ വേറൊരു വഴിയും കണ്ടില്ല. അതുകൊണ്ടാണ് പൊലീസ് ഇൻസ്പെക്ടറുടെ വേഷം കെട്ടിയത്. ഞാനിവിടേക്കു വരുംവഴി ഒറ്റയാൾ അടുത്തില്ല. നാട്ടിലാകെ നരനായാട്ടല്ലേ. പൊലീസിനെ ജനങ്ങൾക്കു പേടിയാണ്.

നാണി : നിനക്കു സുഖമാണോ ബാലാ.....

ബാലൻ : ഞാനിപ്പോൾ ഒരു അലക്കുകാരന്റെ വീട്ടിലാണ്. ചിംകം ബാലകൃഷ്ണൻ നായരുടെ അലക്കുകാര

		ന്റെ. അയാളുടെയാണ് ഈ വേഷം. നമ്മുടെ മോന്റെ പേരെന്താ ഏടത്തീ.
നാണി	:	(*ചിരിച്ചുകൊണ്ട്*) ശങ്കരൻ.
ബാലൻ	:	നന്നായി.... അവൻ നല്ലൊരു സഖാവായി വളരട്ടെ.
നാണി	:	ബാലാ നമ്മുടെ കലന്തർ കുഞ്ഞിമാളുവിന്റെ കത്തും കൊണ്ട് വരുന്നവഴി പാമ്പുകടിയേറ്റു മരിച്ചു. (*തൊണ്ടയിടറുന്നു. കണ്ണു നിറയുന്നു.*)
ബാലൻ	:	എല്ലാം ഞാനറിഞ്ഞു. എന്നെ വെടിവച്ചു കൊന്നു എന്ന് നാടായ നാട്ടിലൊക്കെ പറഞ്ഞുനടക്കുന്നതും ഞാനറിഞ്ഞു.
നാണി	:	ഞാനെന്തു തീതിന്നെന്നോ.
ബാലൻ	:	ഏടത്തീ ഈ നാടിന്റെ എല്ലാ ദുരിതങ്ങളും അവസാനിപ്പിച്ചേ കഴിയൂ. അതിനുള്ള അവസാന ശ്രമത്തിലാണു നമ്മൾ.
നാണി	:	നമ്മുടെ മുത്തശ്ശിയെക്കുറിച്ച് വല്ല വിവരവുമുണ്ടോ?
ബാലൻ	:	അവരെ രണ്ടു മാസത്തേക്ക് ശിക്ഷിച്ച് വെല്ലൂർ സെൻട്രൽ ജയിലിലേക്ക് അയച്ചിരിക്കുകയാണ്. കൂട്ടത്തിൽ നമ്മുടെ പങ്കജവല്ലി മിസ്ട്രസുമുണ്ട്.
നാണി	:	അപ്പോൾ നീ എന്തുചെയ്യാൻ പോകണു.
ബാലൻ	:	നാളെ ഞാൻ കോടതിയിൽ കീഴടങ്ങും. അതിനു മുൻപേ എന്നെ അറസ്റ്റുചെയ്യാനാണ് പൊലീസ് പതിനെട്ടടവും പയറ്റുന്നത്.
നാണി	:	എന്റെ പൊന്നുകുട്ടീ അവരുടെ കൈയിൽപ്പെടരുതേ.... അവരുടെ കൈയിൽ കിട്ടിയാൽ പിന്നെ നീ ബാക്കിയുണ്ടാവില്ല. ഞാൻ കണ്ണുകൊണ്ട് കണ്ടതാണ് നമ്മുടെ പിണ്ടാരിയെ ഈഞ്ച ചതയ്ക്കുന്നതുപോലെ ചതയ്ക്കുന്നത്.
ബാലൻ	:	ശരി. ഞാൻ നിൽക്കുന്നില്ല. എന്റെ മരുമകനെ ഒന്നു കൂടി കണ്ടോട്ടെ. (*ബാലനും നാണിയും അകത്തേക്കു പോകുന്നു.*) (*അകത്ത്*)
ബാലൻ	:	എന്റെ പൊന്നു മോനേ ശങ്കരാ.... ഈ അമ്മാമയുടെ പഞ്ചാരയുമ്മ. മോനേ ലാൽസലാം (*കുട്ടി ഉണർന്നു കിലുകിളെ ചിരിക്കുന്നു.*)
നാണി	:	കണ്ടോ അവന്റെ സന്തോഷം. അവന്റെ ഉയിരു പറയുന്നതാവും.
ബാലൻ	:	ഏടത്തീ അവനെ എടുക്കേണ്ട ഉറങ്ങിക്കോട്ടെ. (*ബാലനും നാണിയും കദീശയും പുറത്തേക്കു വരുന്നു.*)

ബാലൻ : ഏടത്തീ, കദീശ താത്താ ഞാൻ പോട്ടെ.

നാണി : സൂക്ഷിക്കണേ.... ആ ഒറ്റുകാരൻ കത്തിക്കുത്ത് അയ്മു.... മൂർഖൻ പാമ്പിനെപ്പോലെ ഏതെങ്കിലും അളയിൽ പതുങ്ങിക്കിടപ്പുണ്ടാകും.

(കത്തിക്കുത്ത് അയ്മു പ്രവേശിച്ചുകൊണ്ട്)

അയ്മു : *(പൊട്ടിച്ചിരിച്ചുകൊണ്ട്)* കത്തിക്കുത്ത് അളയിലല്ല. ഇതാ പത്തിവിടർത്തി മുമ്പിൽ തന്നെയുണ്ട്. ബാലൻനായരെ ഇനി രക്ഷപ്പെടാൻ നോക്കേണ്ട. ഇതു നിങ്ങടെ അവസാനത്തെ യാത്ര.

(എല്ലാവരും സ്തംഭിച്ചുനിൽക്കേ)

(അയ്മു മുന്നോട്ടുവന്ന് ബാലന്റെ കൈക്കു പിടിക്കുന്നു. ബാലൻ പിടിതട്ടി ചെകിട്ടത്തടിക്കുന്നു. കാൽ വലിച്ചു ചവിട്ടുന്നു. ഓർക്കാപ്പുറത്തെ ചവിട്ടുകൊണ്ട് അയ്മു കമിഴ്ന്നടിച്ചു വീഴുന്നു. ബാലൻ ഇരുളിലേക്ക് എടുത്തുചാടുന്നു.)

("അവനെ വിടരുത് പിടിച്ചോ..... പിടിച്ചോ" എന്നു പറഞ്ഞ് പൊലീസ് പിന്നാലെ ബൂട്ട്സുകളുടെ ശബ്ദം. പട്ടികളുടെ കുരയും അകന്നകന്നു പോകുന്നു.)

നാണി : കദീശത്താത്തേ അവർ തിരിച്ചുവരും. ബാലനെ കിട്ടാത്ത അരിശം മുഴുവൻ അവർ എന്റെ കുട്ടിയുടെമേൽ പ്രയോഗിക്കും. വിളക്കുകെടുത്തേണ്ട. കുട്ടിയെ എടുത്തോളൂ. നമുക്ക് പുറകുവശത്തെ വഴിയിൽക്കൂടി വാഴയിൽ കുഞ്ഞന്റെ വീട്ടിലേക്കു പോകാം.

(നാണിയും കദീശയും അകത്തേക്കു പോകുന്നു. കുഞ്ഞുണർന്നു കരയുന്നു. കുഞ്ഞിന്റെ കരച്ചിൽ ദൂരെദൂരെയായി കേൾക്കുന്നു.)

(അൽപ്പനേരം രംഗം ശൂന്യം. വീട്ടിനകത്തുനിന്ന് ഒരു പൂച്ചയുടെ ദയനീയമായ കരച്ചിൽ. കന്നുകാലികൾ പേടിച്ചു വിളിക്കുന്ന ശബ്ദം. അടികൊണ്ട നായ്ക്കൾ കുരയ്ക്കുന്ന ശബ്ദം. നിരവധി നായ്ക്കളുടെ ശബ്ദം.)

(രംഗത്ത് ഇതിനകം ചിംകം ബാലകൃഷ്ണന്റെ നേതൃത്വത്തിൽ ഒരുസംഘം പൊലീസുകാർ വേദിയിലേക്ക് കടന്നുവരുന്നു)

ചിംകം : അച്യുതൻനായരേ അകത്തുകയറി ആ പൊലയാടിച്ചികളെ പിടിച്ച് പുറത്തിറക്ക്.

അച്യുതൻ : യെസ് സർ

(അച്യുതൻനായർ അകത്തേക്ക് കയറുന്നു.)

ചിംകം : (*മറ്റു പൊലീസുകാരോട്*) നീയൊക്കെ ഉത്സവം കാണാൻ വന്നതാണോ? പൊലീസിനോട് കളിച്ചാൽ കാര്യങ്ങൾ എങ്ങിനെ ഇരിക്കുമെന്ന് കാണിച്ചുകൊടുക്കിനെടാ.

(ഉത്സാഹത്തോടെ ആക്രോശിച്ചുകൊണ്ട് പൊലീസുകാർ വീടിനകത്തേക്ക് കയറുന്നു. പാത്രങ്ങൾ അടിച്ചുടയ്ക്കുന്നതിന്റെയും പലതും തള്ളി താഴെയിടുന്നതിന്റെയും ശബ്ദം.)

(അകത്ത്)

1-ാം പൊലീസ് : അവന്റെയൊക്കെ ഒരു കമ്യൂണിസം.

2-ാം പൊലീസ് : എടാ അളിയാ അവൾ എവിടെ, ആ ചരക്ക്, ആ മിസ്ട്രസ്.

3-ാം പൊലീസ് : എടാ അവൾ പ്രസവിച്ച് കിടക്കുകയാണ് ഒന്നും ചെയ്യരുത്. മഹാപാപം കിട്ടും. നമ്മൾക്കും ഇല്ലേ അമ്മയും പെങ്ങളും.

2-ാം പൊലീസ് : അവൻ ഒരു ധർമപുത്രൻ. നീ കണ്ണടച്ചോ. ഇനി ഇങ്ങനെ ഒരു അവസരം കിട്ടില്ല. ഇന്നു വല്ലതും നടന്നാൽ നടന്നതാണ്.

(പുറത്ത്)

ചിംകം : (*അക്ഷമയോടെ*) അച്യുതൻനായരെ, താൻ അകത്ത് എന്തെടുക്കുകയാടോ? പെണ്ണുങ്ങളെ ഒറ്റയ്ക്കു കണ്ടപ്പോൾ മതിമറന്നുപോയോ.

(അച്യുതൻനായർ പുറത്തേക്ക് വന്നു.)

അച്യുതൻനായർ: സർ, ആ ജന്തുക്കൾ രക്ഷപ്പെട്ടു എന്നാണ് തോന്നുന്നത്. അകത്താരുമില്ല സർ.

ചിംകം : ഉറപ്പാണോ? നാലുചുറ്റും പൊലീസ് ഉണ്ടായിട്ട് അവർ എങ്ങനെ രക്ഷപ്പെട്ടു?

അച്യുതൻനായർ: ഈ കമ്യൂണിസ്റ്റുകൾക്ക് വല്ല ഒടിവിദ്യയും കാണും സർ.

ചിംകം : (*ദേഷ്യത്തിൽ*) ഒടിവിദ്യ. അവർ അവിടെ എവിടെയെങ്കിലും ഒളിച്ചിരിപ്പുണ്ടാകും.

(പൊലീസുകാർ ഓരോരുത്തരായി പുറത്തേക്കു വരുന്നു.)

ചിംകം : എന്താ അകത്ത് ആരെങ്കിലുമുണ്ടോ.

പൊലീസുകാർ എല്ലാവരും : അകത്താരുമില്ല സർ.

ചിംകം : എടാ അയ്മുവേ, ഇവിടെ വേണ്ടത്ര വെളിച്ചം ഇല്ലല്ലോടാ.

അയ്മു : കൽപ്പിച്ചാമതി, വഴിയുണ്ടാക്കാം സർ.

ചിംകം	:	ഈ പുരയ്ക്കങ്ങു തീ കൊടുത്താലോ..... വേണ്ടത്ര വെളിച്ചം കിട്ടൂലേ.... പൊലീസുകാരോടു കളിച്ചാൽ എങ്ങനെയിരിക്കുമെന്ന് എല്ലാവരും ഒന്നറിയട്ടെ. അയ്മു പുരയ്ക്കു തീ കൊടുക്കൂ.
അയ്മു	:	*(പുറത്തുപോയി ഒരു പന്തംകത്തിച്ച് രംഗത്തേക്കു വരുന്നു.)*
ചിംകം	:	ഇനി താമസിക്കേണ്ട.
അയ്മു	:	പുറകിലെ അടുക്കളപ്പുരയ്ക്കു തീ കൊടുക്കുന്ന താണു ബുദ്ധി. അടുക്കളേന്ന് തീ പടർന്നുപിടിച്ചെന്ന് നാട്ടുകാർ ബിശാരിച്ചോളും.
അച്യുതൻനായർ:		അപ്പോ അയ്മുവിനും ബുദ്ധിയുണ്ട് അല്ലേ ഏമാനേ.
ചിംകം	:	ചാകാൻ കിടക്കുന്നവനെ ചവിട്ടിക്കൊന്നു എന്ന പഴി വേണ്ട. അല്ലേ അയ്മു.
അയ്മു	:	ഉത്തരവ് *(എല്ലാവരും പൊട്ടിച്ചിരിക്കുന്നു.)* *(അയ്മു വീട്ടിന്റെ പിന്നിലേക്കു പോകുന്നു.)*
ചിംകം	:	അവന്റെയൊക്കെ ഒരു കമ്യൂണിസം. കമ്യൂണിസം കത്തിച്ചാമ്പലാകട്ടെ. *(പൊലീസുകാർ വീട്ടുമുറ്റത്തു നിന്നിറങ്ങുന്നു.)* *(നാരകത്തെ വീടിന്റെ മേൽക്കൂരയിൽ തീ ആളിക്കത്തുന്നു. അയ്യോ നാരകത്തു വീട്ടിനു തീ പിടിച്ചേ.... ഓടിവരണേ.... ഓടിവരണേ..... എന്ന അയൽവാസികളുടെ കൂട്ടനിലവിളി.)*

(രംഗദീപം പൊലിയുന്നു.)

ദൃശ്യം പതിനഞ്ച്

(മേൽക്കൂര കത്തിയെരിഞ്ഞ നാരകത്തെ തറവാട്, ചുവരുകളിലും വാതിലുകളിലും ചാരംവീണ കരിനിറം..... ചുവരുകളും വാതിലും ഒഴികെ മറ്റെല്ലാം കത്തിപ്പോയി.)
മുത്തശ്ശിയും നാണിയും കദീശയും കടന്നുവരുന്നു.
സമയം - സന്ധ്യയോടടുക്കുന്നു. വടിയും കുത്തി അതിവേഗത്തിലാണ് മുത്തശ്ശിയുടെ വരവ്. മുത്തശ്ശിക്കൊപ്പമെത്താൻ നാണിയും കദീശയും നന്നേ പാടുപെടുന്നു. രംഗത്തു പ്രവേശിച്ച്.

മുത്തശ്ശി : മഹാപാപികൾ. എന്റെ കൂര കത്തിച്ചുകളഞ്ഞു. ഇതു കത്തിച്ചാൽ ഇവിടെ കമ്യൂണിസം കത്തിച്ചാമ്പലാകുമെന്നാ ഇവരുടെ വിചാരം..... എന്റെ ശങ്കരൻ വളരട്ടെ.... ഇതിനൊക്കെ ഞാൻ എണ്ണി എണ്ണി കണക്ക് ചോദിപ്പിക്കും.
(നാണിയും കദീശയും ചിരിക്കുന്നു.)
ചിരിക്കണ്ട പെണ്ണുങ്ങളെ..... അവൻ വളർന്നുവളർന്ന് ഒരു വലിയ സഖാവാകും..... നമ്മുടെ ഗോപാലനെപ്പോലെ, ഏലംകുളം മനയ്ക്കലെ നാലാം മ്പ്രാനെപ്പോലെ.

നാണി : മുത്തശ്ശി ജയിലീന്നു വന്നപ്പൊ തൊട്ടുതുടങ്ങിയതല്ലേ ഇവിടേക്കെത്തിച്ചേരാൻ വല്ലാത്തൊരു വെപ്രാളം. ഞാൻ വിചാരിച്ചു നാരകത്ത് വല്ല നിധിയും കുഴിച്ചിട്ടിട്ടുണ്ടെന്ന്.

മുത്തശ്ശി : *(നാണിയോട്)* അത് നിനക്കെങ്ങനെ മനസിലായി.

നാണി : മുത്തശ്ശിയുടെ പരവേശം കണ്ടിട്ട്.

മുത്തശ്ശി : കദീശാ.... ആ പിന്നാമ്പുറത്തിരിക്കുന്ന കൈക്കോട്ടി ങ്ങെടുത്തു വാ....
(കദീശ പുറത്തുപോയി കൈക്കോട്ടുമായി വരുന്നു.)

മുത്തശ്ശി : *(കദീശയുടെ കൈയിൽനിന്ന് കൈക്കോട്ടു വാങ്ങി)* നിങ്ങളവിടെ നിൽക്കിൻ. ഞാനകത്ത് ഒന്നു കേറി നോക്കി വരട്ടെ.

നാണി : ഞങ്ങളും കൂടെവരാം.

മുത്തശ്ശി : വേണ്ട.

നാണി : പാതിവെന്ത ഉത്തരമോ കഴുക്കോലോ വന്നു തല യിൽ വീണാൽ.

മുത്തശ്ശി : വീണാലെന്താ..... അങ്ങുചാകും. ഇനി ചത്താലും ഒന്നുമില്ല. എനിക്ക് ഈ ജന്മത്ത് ഒരേയൊരു ആഗ്ര ഹമേ ഉണ്ടായിരുന്നുള്ളൂ. എന്റെ 'ചങ്കരനെ' ഒന്നു കാണണമെന്ന്. അവനെ കണ്ടു. ഇനി എന്തു സംഭവി ച്ചാലും സന്തോഷം.

നാണി : എന്തായാലും ഞങ്ങളും കൂടി വരാം.

മുത്തശ്ശി : നാണീ..... മുത്തശ്ശിയെ ഈറ പിടിപ്പിക്കരുത്. വരണ്ട എന്നു പറഞ്ഞാൽ വരണ്ട.
(മുത്തശ്ശി അകത്തേക്കു പോകുന്നു. കൈക്കോട്ടു കൊണ്ട് മണ്ണ് കിളയ്ക്കുന്ന ശബ്ദം)
(നാണിയും കദീശയും അകത്ത് എന്താ നടക്കുന്ന തെന്നറിയാതെ പരസ്പരം നോക്കിനിൽക്കുന്നു.)
(ഗോപാലനും ആലിമുസ്ലിയാരും പ്രവേശിക്കുന്നു.)

ഗോപാലൻ : നാണി മിസ്ട്രസേ അഭിനന്ദനങ്ങൾ. ഞങ്ങൾ സഖാവ് ശങ്കരനെ കണ്ടു. നമ്മുടെ മുത്തശ്ശി എവി ടെ....

നാണി : അകത്തുണ്ട്. എന്തോ കുഴിച്ചെടുക്കുകയാണ്.

മുസ്ലിയാർ : മൂപ്പത്തിയാർ വല്ല നിധിയും കുഴിച്ചിട്ടിണ്ടാവും.

ഗോപാലൻ : നമുക്കകത്തോട്ടു പോയാലോ.

കദീശ : വേണ്ട. അത് ഓരിക്ക് ഇഷ്ടാവില്ല.
(അകത്തെ കിളനിർത്തി..... കൈയിൽ പിച്ചള ചെല്ല വുമായി ഒരു വിജിഗീഷുവിനെപ്പോലെ മുത്തശ്ശി പുറ ത്തേക്കു വരുന്നു.)

മുത്തശ്ശി : *(ഗോപാലനെക്കണ്ട്)* അല്ല സഖാവ് എപ്പോ വന്നു ലാൽസലാം..... ഗോപാലൻ സഖാവേ!
(ഗോപാലൻ മുഷ്ടി ചുരുട്ടി ലാൽസലാം പറയുന്നു)

മുസ്ലിയാർ : നാണിയമ്മേടെ മുത്തശ്ശി ആകെ മാറിപ്പോയല്ലോ?

നാണി : ജയിലീന്നു വന്ന മുത്തശ്ശി ആ പഴയ മുത്തശ്ശിയല്ല. തറവാടിന്റെ ഈ അവസ്ഥ കാണുമ്പോൾ നെഞ്ചു

പൊട്ടി നിലവിളിക്കുമെന്നായിരുന്നു എന്റെ ഭയം. എന്നാൽ അവരത് കാര്യമാക്കിയിട്ടേയില്ല.

ഗോപാലൻ : മുത്തശ്ശീ ജയിൽ ജീവിതമൊക്കെ എങ്ങനെയുണ്ട്?

മുത്തശ്ശി : പരമ സുഖം. ജയിലിലെ ചർച്ചകളും ക്ലാസുകളും സഖാവേ, എന്നെ പുതിയൊരു മനുഷ്യത്തിയാക്കി. ഒരു പത്തുകൊല്ലം കൂടി ആയുസുകിട്ടിയാൽ ഞാനീ നാടു മാറ്റിപ്പണിയാൻ നിങ്ങളുടെ മുന്നിലുണ്ടാവും.

ഗോപാലൻ : മുത്തശ്ശീടെ തങ്കക്കട്ടയെക്കണ്ടോ?

മുത്തശ്ശി : കണ്ടു..... കണ്ടു (*ചെല്ലപ്പെട്ടി ചൂണ്ടിക്കാണിച്ച്*) ഇതിനകത്ത് അഞ്ചു പവനുണ്ട്. അവന്റെ മുതുമുത്തച്ഛൻ എനിക്കു പണ്ടം തീർക്കാൻ തന്നത്. നാണീടെ പൊന്നുമോനു കൊടുക്കാൻ ഞാനത് ഈ ചെല്ലപ്പെട്ടിയിലടച്ച് ഇത്രനാൾ കുഴിച്ചിട്ട് നിധി കാക്കുന്ന ഭൂതത്തെപ്പോലെ കാത്തുസൂക്ഷിച്ചു. ഇതിനകത്തെ അഞ്ചു പവനിൽ നാലു പവൻ ശങ്കരന്.

മുസ്ലിയാർ : അപ്പോൾ അഞ്ചാമത്തെ പവൻ ആർക്കാ ബാലനോ?

മുത്തശ്ശി : എന്റെ മാണിക്യക്കല്ലിന്. ഗോപാലന്, കമ്യൂണിസ്റ്റു പാർട്ടിക്ക്.

ഗോപാലൻ : മുത്തശ്ശീ നിങ്ങൾ ഞങ്ങളെ സ്നേഹംകൊണ്ടും പാർട്ടിക്കൂറുകൊണ്ടും വീർപ്പുമുട്ടിക്കുന്നു.
(*പശ്ചാത്തലത്തിൽ.....*
കമ്യൂണിസ്റ്റുപാർട്ടി സ്ഥാനാർഥി സഖാവ് ഗോപാലന്റെ തെരഞ്ഞെടുപ്പു പ്രചാരണ ഉദ്ഘാടന മഹായോഗം..... തെക്കുംമുറി കവലയിൽ കൃത്യം ആറുമണിക്ക് നാടിന്റെ നാനാഭാഗത്തുനിന്നുമുള്ള ജാഥകൾക്കൊപ്പം നിങ്ങളും അണിചേരൂ!)

മുത്തശ്ശി : നാണ്യേ നമ്മുടെ ഗോപാലന്റെ തെരഞ്ഞെടുപ്പു പ്രചാരണജാഥയാണോ വരുന്നത്.

ഗോപാലൻ : അതേ മുത്തശ്ശി..... നമ്മുടെ തെരഞ്ഞെടുപ്പു യോഗം. ആ യോഗം മുത്തശ്ശി ഉദ്ഘാടനം ചെയ്യണം.

മുത്തശ്ശി : അയ്യോ അതൊന്നും വേണ്ട.... ഇതാ എന്റെ വക സംഭാവന..... എന്റെ മാണിക്യക്കല്ലിന്.
(*ചെല്ലംതുറന്ന് ഒരു പവൻ എടുത്ത് ഗോപാലനു കൊടുക്കാൻ തുടങ്ങുന്നു.*)

ഗോപാലൻ : ഇപ്പോൾ അത് കൈയിൽ വച്ചുകൊള്ളൂ. യോഗത്തിൽ വച്ച് മുത്തശ്ശി എനിക്കു തന്നാൽ മതി.

മുത്തശ്ശി : എന്നാൽ അങ്ങിനെ. സഖാവെ, ഞങ്ങൾ വീട്ടിൽ പോയി ഞങ്ങടെ ശങ്കരനേയുമെടുത്ത് യോഗസ്ഥലത്ത് എത്തിക്കോളാം.

ഗോപാലൻ : ശങ്കരനെ കുഞ്ഞിമാളു യോഗസ്ഥലത്തു കൊണ്ടു വരും. തെരഞ്ഞെടുപ്പു പ്രഖ്യാപിച്ചതിനെത്തുടർന്ന് എല്ലാ രാഷ്ട്രീയ കള്ളക്കേസുകളും പിൻവലിച്ചു. ചാത്തുനായരും ബാലനും പിണ്ടാരികേശവനും വാഴ യിൽ കുഞ്ഞനുമൊക്കെ ഇപ്പോൾ ഇവിടെ എത്തും.

നാണി : എല്ലാം ഒരു സ്വപ്നംപോലെ തോന്നുന്നു. എന്തൊരു മാറ്റം. എന്നാലും നമ്മൾക്ക് എത്തേണ്ടിടത്ത് എത്താ നിനിയും ഏറെ ദൂരമുണ്ട് അല്ലേ സഖാവേ.

മുത്തശ്ശി : ഇടയ്ക്കുവച്ച് വൃദ്ധയായ ഞാൻ കാലിടറി വീണാ ലും നിങ്ങൾ മുന്നോട്ടുതന്നെ പോകണം.

ഗോപാലൻ : (*ചിരിച്ചുകൊണ്ട്, വികാരഭരിതനായി*) മുത്തശ്ശിയുമു ണ്ടാകും. നമ്മളൊരുമിച്ച് മുന്നേറും. ഇന്നാട്ടിലെ കമ്യൂണിസത്തിന്റെ ഈറ്റില്ലമായ ഈ തറവാട്ടിൽ നിന്ന് നമ്മളെല്ലാം ചേർന്ന് ജാഥയായി യോഗസ്ഥല ത്തേക്കു പോകും. മുത്തശ്ശിയും നാണിയും മുസ്ലി യാരും നേതൃത്വം നൽകും. ചാരത്തിൽനിന്ന് ഫീനി ക്സ്പക്ഷിയെപ്പോലെ കമ്യൂണിസ്റ്റുപാർട്ടി ഉയർ ത്തെഴുന്നേൽക്കും.

(അപ്പോഴേക്ക് ചെങ്കൊടിയുമായി ആളുകൾ എത്തി ച്ചേരുന്നു. ഗോപാലൻ ഒരു ചെങ്കൊടി വാങ്ങി മുത്ത ശ്ശിക്കു നൽകുന്നു.)

ഗോപാലൻ : (*ഉച്ചത്തിൽ*)

'സഖാക്കളെ മുന്നോട്ട്'

(എട്ടു ദിക്കും കിടുങ്ങുമാറ് ആയിരം കണ്ഠങ്ങൾ ആ മുദ്രാവാക്യം ഏറ്റുവിളിക്കുന്നു.....)

അതിശങ്കതമായ ഒരു സംഘഗാനമായി അതു രൂപ പ്പെടുന്നു. തുടർന്ന് സംഘഗാനം ആലപിച്ച് ജാഥ മുന്നോട്ടുപോകുന്നു.

സഖാക്കളെ മുന്നോട്ട്!
മുന്നോട്ട്..... മുന്നോട്ട്..... മുന്നോട്ട്!
മാറ്റത്തിന്റെ കൊടുങ്കാറ്റുകളായ്
പുത്തൻകൊയ്ത്തിനു മുന്നേറും
മണ്ണിൽപണിയും മർദിതരേനാം-
ഇല്ലപിന്നോട്ടിനിയില്ല.
ഇങ്കുലാബ് സിന്ദാബാദ്
ഇങ്കുലാബ് സിന്ദാബാദ്....
ഇങ്കുലാബ് സിന്ദാബാദ്
നമ്മുടെ മുന്നിൽ ധീരന്മാരുടെ
പുന്നപ്പറയും വയലാറും

കയ്യൂരും കരിവള്ളൂരും
നമ്മളെമാടി വിളിക്കുന്നു.
ഇങ്കുലാബ്.....

രണഭൂമികളുടെ നെഞ്ചിലുണർന്നൊരു-
ചെങ്കൊടിനമ്മെനയിക്കട്ടെ!
മാമലനാടിതു ചെങ്കൊടിചൂടി-
പുതിയ വസന്തമൊരുക്കട്ടെ!
സഖാക്കളെ മുന്നോട്ട്....
മുന്നോട്ട്.... മുന്നോട്ട്.... മുന്നോട്ട്....!

(അവസാനമായി യവനിക വീഴുന്നു)

മുത്തശ്ശി
നോവലും നാടകവും ഒരു താരതമ്യം

ജെസ്സി നാരായണൻ

മലയാള നാടകവേദിയുടെ ചരിത്രത്തിന് 127 വർഷത്തെ പഴക്കമേയുള്ളൂ. പക്ഷേ, ഇതരകലാരൂപങ്ങളെ അപേക്ഷിച്ച് ഇതിനകം ഒട്ടേറെ പരീക്ഷണങ്ങൾക്ക് നാടകം വിധേയമായിട്ടുണ്ട്. മലയാള ചരിത്രത്തിലെ ആദ്യ നാടകമെന്ന് പൊതുവെ അംഗീകരിക്കപ്പെട്ട 1882ൽ പ്രസിദ്ധീകരിക്കപ്പെട്ട കേരളവർമയുടെ *ശാകുന്തളം* പരിഭാഷയ്ക്ക് പിന്നാലെ ഇവിടെ നിരവധി പരീക്ഷണ നാടകങ്ങൾ ഉടലെടുത്തു. സംസ്കൃതനാടകത്തിൽ നിന്നും ഹാസ്യനാടകത്തിലേക്കും പിന്നീട് സംഗീതനാടകത്തിലേക്കും സാമൂഹ്യനാടകത്തിലേക്കും ചരിത്രനാടകത്തിലേക്കും ഇബ്സനിസ്റ്റ് സാങ്കേതികത്തിലധിഷ്ഠിതമായ റിയലിസ്റ്റിക് നാടകത്തിലേക്കും കടന്നുചെല്ലുന്ന പരീക്ഷണങ്ങളുടെ ആവർത്തനം ഇന്നും തുടരുകയാണ്. നാടകഘടനയിൽ മാത്രമല്ല, അതിന്റെ അവതരണശൈലിയിലും മാറ്റങ്ങൾ ഉണ്ടായിക്കൊണ്ടിരുന്നു. ഏകാങ്കനാടകങ്ങളിൽ തുടങ്ങി തനതു നാടകങ്ങളിലും ഒടുവിൽ തിയേട്രിക്കൽ നാടകങ്ങളിലും വരെ എത്തിനിൽക്കുന്ന രംഗാവിഷ്കാര പരീക്ഷണങ്ങളും സമാന്തരമായി തുടരുന്നു. വേദിയിൽ കാറും വിമാനവും ഇറക്കുന്ന അത്യാധുനിക സാങ്കേതിക പരീക്ഷണങ്ങൾക്ക് വേദിയൊരുക്കിയ *രക്തരക്ഷസ്* പോലുള്ള നാടകങ്ങളും ഇവിടെ അരങ്ങുതകർത്ത കാലമുണ്ടായി. പുതിയ ദൃശ്യമാധ്യമസംസ്കാരത്തിന്റെ പശ്ചാത്തലത്തിൽ നാടകപരീക്ഷണങ്ങൾ വലിയ സാഹസങ്ങളായിത്തീരുമ്പോഴാണ് *മുത്തശ്ശി*യുടെ രംഗഭാഷ്യത്തിന്റെ പ്രസക്തി.

1957-ൽ പുറത്തിറക്കിയ ചെറുകാടിന്റെ *മുത്തശ്ശി* നോവൽ സാഹിത്യത്തിലെ പുതിയ പരീക്ഷണമായിരുന്നു. അന്നത്തെ സാമൂഹ്യ-സാംസ്കാരിക-കർഷക ജീവിതത്തിന്റെ സ്പന്ദനങ്ങൾ ഉൾക്കൊള്ളുന്ന ബൃഹ

ത്തായ ഈ നോവൽ കാലഘട്ടത്തിന്റെ അനിവാര്യമായ പരിണതിയെയാണ് ചിത്രീകരിച്ചത്. അര നൂറ്റാണ്ടിനുശേഷം *മുത്തശ്ശി* നാടകത്തിന്റെ അരങ്ങിലെത്തുമ്പോൾ അത് പുതിയ ദൃശ്യമാധ്യമ സംസ്കാരത്തിനിടയിൽ സഹൃദയർക്ക് ലഭിച്ച അപൂർവ ദൃശ്യവിരുന്നായിത്തീരുന്നു. ആഴവും പരപ്പും ഏറെയുള്ള *മുത്തശ്ശി* പോലുള്ള ഒരു കൃതിയെ അരങ്ങിലേക്ക് എത്തിക്കുമ്പോൾ സംഭവിക്കാവുന്ന താളപ്പിഴകൾക്ക് ഇടം നൽകാത്ത വിധത്തിൽ അതിസൂക്ഷ്മമായ കാൽവയ്പ്പുകളോടെയാണ് നാടകകൃത്തായ പിരപ്പൻകോട് മുരളി നോവലിൽനിന്നും നാടകത്തിലേക്കുള്ള പ്രയാണം നടത്തിയിരിക്കുന്നത്.

മൂലകഥയുടെ അന്തഃസത്തയ്ക്ക് ഭംഗംതട്ടാതെ, കാലദേശങ്ങളുടെ സാന്നിധ്യം അറിയിച്ചുകൊണ്ട്, പുതിയ സാങ്കേതികസാധ്യതകളെ പ്രയോജനപ്പെടുത്തിക്കൊണ്ട് *മുത്തശ്ശി*ക്ക് രംഗഭാഷ്യം നൽകിയതിൽ നാടകത്തിന്റെ ശിൽപ്പി വിജയിച്ചിട്ടുണ്ട്. തറവാടുകൾക്കുള്ളിലെ മരവിച്ച മാനവികതയെയും സ്കൂൾ മാനേജ്മെന്റിന്റെ തോന്ന്യവാസങ്ങളും ജന്മി-കുടിയാൻ സംഘർഷങ്ങളും കമ്യൂണിസത്തിന്റെ കടന്നുവരവുമെല്ലാം ചിത്രീകരിക്കുന്ന *മുത്തശ്ശി*യെ നാടകവേദിയുടെ ഫ്രെയിമിനുള്ളിലേക്ക് കൊണ്ടുവന്നപ്പോൾ അത് അനുവാചകരെ ഒട്ടും നിരാശരാക്കിയില്ല.

നൂറിലേറെ കഥാപാത്രങ്ങളുമായി പരന്നുകിടക്കുന്ന ഒരു കലുഷ സാഗരത്തെയാണ് പ്രശസ്ത കവിയും നാടകകൃത്തുമായ സഖാവ് പിരപ്പൻകോട് മുരളി തിയേട്രിക്കൽ ഡ്രാമയുടെ ഫ്രെയിമിനുള്ളിലേക്ക് ഒതുക്കിയെടുത്തിട്ടുള്ളത്. ഇത് അത്യന്തം സാഹസികമായ പ്രവർത്തനമാണെന്നത് അവിതർക്കിതമായ കാര്യമാണ്. ഇതിൽ ഏറ്റവും പ്രധാനപ്പെട്ട കാര്യം ഒരു പ്രദേശത്തിന്റെ കഥയെ മറ്റൊരു പ്രദേശത്തെ അനുവാചകരിലേക്ക് അതിന്റെ അന്തഃസത്തയ്ക്കോ ശൈലിക്കോ ഭംഗം തട്ടാത്തവിധത്തിൽ അവതരിപ്പിച്ചു എന്നതാണ്. ദൃശ്യാവിഷ്കാരത്തെക്കാൾ സംഭാഷണത്തിന് പ്രാധാന്യമേറുന്ന നാടകം എന്ന കലാരൂപത്തിലേക്ക് പറിച്ചുനടുമ്പോൾ സ്വാഭാവികമായും സംഭവിക്കാവുന്ന ശൈലീപരമായ കാവ്യദോഷത്തിന് ഇടവരുത്താതെ ജാഗ്രത്താവാൻ നാടകത്തിന്റെ ശിൽപ്പിക്കു കഴിഞ്ഞു എന്നത് അഭിനന്ദനാർഹമാണ്.

മലയാള സാഹിത്യത്തിന്റെ ഈറ്റില്ലം വള്ളുവനാട്ടിലാണെന്നിരിക്കെ, കഥയും നോവലും മറ്റും സാഹിത്യപ്രസ്ഥാനങ്ങളൊക്കെയും ആ നാടിന്റെ സംസ്കാരത്തെ തട്ടിത്തഴുകി രൂപംകൊണ്ടിട്ടുള്ളതാണ്. എന്നാൽ കേരളത്തിലെ ഏതു പ്രദേശത്തെയും സാഹിത്യാസ്വാദകർക്ക് ഇത് അപരിചിതത്വമുണ്ടാക്കയില്ല. സാഹിത്യകൃതികൾ നാടകമായും ചലച്ചിത്രമായും പരിണമിച്ചപ്പോഴും ഈ പ്രാദേശികാന്തരപ്രശ്നം കടന്നുവന്നിട്ടില്ല. എന്നാൽ വള്ളുവനാടിന്റെ പശ്ചാത്തലംവിട്ട് മറ്റ് പ്രാദേശിക പശ്ചാത്തലത്തിൽ രചിക്കപ്പെട്ട കൃതികൾക്ക് ഒട്ടൊക്കെ ആ ന്യൂനത സംഭവി

ച്ചിട്ടുമുണ്ട്. അതുകൊണ്ടാവണം അത്തരം കൃതികൾ കാര്യമായി പൊതുജനമാധ്യമങ്ങളായ നാടകം, സിനിമ എന്നീ രൂപാന്തരത്വം കൈക്കൊള്ളാൻ മടിച്ചുനിന്നത്. വള്ളുവനാടൻ ശൈലിയുടെ സ്വീകാര്യതയ്ക്ക് വീണ്ടും ദൃഷ്ടാന്തമാവുകയാണ് *മുത്തശ്ശി*യുടെ നാടകഭാഷ്യത്തിലൂടെ.

ചെറുകാട് ആവിഷ്കരിക്കുന്ന മുത്തശ്ശി ഒരു പ്രതീകാത്മക കഥാപാത്രമാണ്. ജന്മിത്വത്തിന്റെ അധികാരവും സ്വാർഥതയും മാത്രമല്ല, തറവാടുകളുടെ പൊങ്ങച്ചരാഷ്ട്രീയവും മരുമക്കത്തായ സമ്പ്രദായത്തിന്റെ കോട്ടവുമെല്ലാം ചിത്രീകരിക്കപ്പെടുന്നത് നാരകത്ത് തറവാടിന്റെ പരമാധികാരിയായ മുത്തശ്ശിയിലൂടെയാണ്. ഈ സാമൂഹ്യജീർണതയ്ക്കെതിരെ ഉയർന്നുവരുന്ന വിപ്ലവം നാണിമിസ്ട്രസിലൂടെയും കാലത്തിന്റെയും ദേശത്തിന്റെയും പഴകിജീർണിച്ച മാമൂലുകളെ അടിമുടി കാറ്റിൽ പറപ്പിച്ചുകൊണ്ട് അക്ഷരങ്ങളെ ആയുധമാക്കി വിപ്ലവം സൃഷ്ടിക്കുകയാണ് നാണിമിസ്ട്രസ്. ചന്തുമേനോൻ *ഇന്ദുലേഖ*യിലൂടെ സാധ്യമാക്കുന്ന സാമൂഹ്യവിപ്ലവത്തിൽനിന്നും തികച്ചും വ്യത്യസ്തമാണ് നാണിമിസ്ട്രസിലൂടെ സൃഷ്ടിക്കുന്ന വിപ്ലവം. ഇന്ദുലേഖ നിസ്സഹായമായ അന്തഃകരണങ്ങളിലൂടെ സംവദിക്കുമ്പോൾ നാണിമിസ്ട്രസ് മൂർച്ചയുള്ള നാവും ഉറച്ച ഹൃദയവുമായാണ് സമൂഹമധ്യത്തിലേക്ക് കടന്നുവരുന്നത്.

പുതിയ കാലത്തിനായി ചെറുകാട് സ്ത്രീശാസ്ത്രീകരണത്തിന്റെ ഞാൺ തൊടുത്തുവിടുകയായിരുന്നു നാണിയിലൂടെ. അടിച്ചമർത്തപ്പെട്ട സ്ത്രീ സമൂഹത്തെ മതിൽക്കെട്ടുകൾക്കു പുറത്തേക്ക് കൊണ്ടുവരാൻ ചെറുകാട് നായികയുടെ കൈയിൽ പിടിപ്പിച്ച ആയുധം അക്ഷരമായിരുന്നു.

“ഞാൻ സുന്ദരിയല്ല, പറയത്തക്ക വൈരൂപ്യവും എനിക്കില്ല. കുറച്ചൊന്ന് കറുത്തിട്ടാണ് ചിരിച്ചാൽ പുറത്തു കാണുന്നൊരു കോന്ത്രമ്പല്ലെനിക്കുണ്ട്. അതുകാരണം, ദുർലഭമായേ ഞാൻ ചിരിക്കാറുള്ളൂ.........” ആത്മകഥ പറയുമ്പോലെ *മുത്തശ്ശി*യിലെ നായികയുടെ ഈ വാക്കുകൾ ഗൗരവമേറിയ ഒട്ടേറെ ചിന്തകൾക്ക് വഴിയൊരുക്കുന്നുണ്ട്. പരമ്പരാഗത രചനാ സങ്കൽപ്പങ്ങളിൽനിന്ന് മാറ്റിച്ചവിട്ടിക്കൊണ്ടാണ് ഇത്തരത്തിൽ ഒരു നായികയെ മുഖ്യകഥാപാത്രമാക്കിക്കൊണ്ട് ഒരു സാമൂഹ്യനോവലെഴുതാൻ ചെറുകാട് ധൈര്യം കാട്ടിയത്.

കാലത്തിന്റെ പരിവർത്തനത്തിനായി കമ്യൂണിസം അനിവാര്യമായ മാർഗമാണെന്ന് വിളിച്ചുപറയാൻ നാണിയുടെ ശബ്ദമാണ് നോവലിസ്റ്റ് പ്രയോജനപ്പെടുത്തുന്നത്. നാണിയും മുത്തശ്ശിയും തമ്മിൽ നടത്തുന്ന ആഭ്യന്തര കലാപത്തിന്റെ അഗ്നിസ്ഫുലിംഗങ്ങൾ നാരകത്തു തറവാടിന്റെ മതിൽക്കെട്ടുകൾക്ക് പുറത്തേക്ക് വമിക്കുമ്പോൾ മനുഷ്യവർഗത്തിനിടയിലുണ്ടാവുന്ന മാറ്റങ്ങളുടെ കൊടുങ്കാറ്റുകൾക്ക് സ്ത്രീ പാത്രമാവുകയല്ല. സ്രോതസാവുകയാണെന്ന് ചെറുകാട് സ്ഥാപിക്കുന്നു.

തിരണ്ടാൽ പഠിപ്പുമതിയാക്കിക്കൊള്ളണമെന്ന് പറയുന്ന മുത്തശ്ശിയുടെ മുമ്പിൽ പതറാതെ പഠനത്തിൽ മുന്നേറി പ്രശസ്ത വിജയം കൈവരിക്കുന്ന നാണി, സ്ത്രീകൾ വീടിനുപുറത്ത് തൊഴിലെടുക്കുന്നതു അപമാനമായി കരുതിയിരുന്ന കാലത്ത് അഭിമാനത്തോടെ അധ്യാപകവൃത്തി ഏറ്റെടുക്കുന്ന പതിനാലുകാരിയായ പെൺകുട്ടി, നാട്ടുനടപ്പിന്റെ പേരിൽ തന്റെ താൽപ്പര്യം മാനിക്കാതെ മധ്യവയസ്കന് പിടിച്ചുകൊടുത്തപ്പോൾ താലിബന്ധം പൊട്ടിച്ചെറിഞ്ഞ് സ്വതന്ത്രയായ യുവതി, ജന്മിത്വത്തിന്റെ കിരാതനടപടികൾക്കെതിരെ അക്ഷമരായ കുടിയാന്മാർ സാമൂഹ്യപരിഷ്കർത്താക്കളുടെ പിന്നിൽ അണിനിരന്ന് ശക്തിപ്രാപിക്കുമ്പോൾ അതിന്റെ മുന്നിൽനിൽക്കുന്ന അധ്യാപിക, കമ്യൂണിസ്റ്റുകാരെ വലവീശിപ്പിടിക്കാൻ നടക്കുന്ന പൊലീസുകാരുടെ ക്രൂരതകൾക്ക് വിട്ടുകൊടുക്കാതെ കമ്യൂണിസ്റ്റ് നേതാക്കന്മാരെ സ്വന്തം വീട്ടിൽ സംരക്ഷിച്ച നാണി മിസ്ട്രസ്..... ഇങ്ങനെ അനിവാര്യമായ പരിവർത്തനങ്ങൾക്കുവേണ്ടിയുള്ള കാലത്തിന്റെ ജന്മത്തിന് രക്തവും മാംസവുമായി മാറുന്ന സ്ത്രീയായി നാണിയെ പ്രതീകവൽക്കരിച്ചിരിക്കുന്നതായാണ് നാം കാണുന്നത്.

ഇങ്ങനെയുള്ള നാണിമിസ്ട്രസിനെ നാടകവേദിയിലേക്ക് കൊണ്ടുവരുമ്പോൾ *മുത്തശ്ശി* വായിച്ചവർ ആശങ്കപ്പെടാതിരിക്കില്ല. അപാരമായ ആ സ്ത്രീശക്തിയെ ആവിഷ്കരിക്കാൻ കേവലം ഒരു നടിയുടെ ശരീരഭാഷയ്ക്കാവുമോ എന്ന സംശയമാണ് ആശങ്കക്ക് നിദാനം. എന്നാൽ ഒരൊറ്റ രംഗംകൊണ്ടുതന്നെ *മുത്തശ്ശി* നാടകത്തിലെ നാണി ആ കടമ്പ മറികടന്നു. നാരകത്ത് നാണിക്കായി വിവാഹാലോചന മുറുകുമ്പോൾ 'അടിമയാകാൻ എന്നെ കിട്ടില്ല' എന്ന നാണിയുടെ ശബ്ദം കാണികളുടെ ഹൃദയത്തിൽ മുഴങ്ങിയ ഇടിവെട്ടായി മാറി. ഇനി ആർക്കും സംശയിക്കേണ്ടതില്ല, നാണി രംഗങ്ങളിൽനിന്ന് രംഗങ്ങളിലേക്ക് ആഞ്ഞുവീശിക്കൊണ്ടിരുന്നു. മുത്തശ്ശി എന്ന ശക്തയായ നദിയുടെ പ്രവാഹത്തിനെതിരെ നീന്തിക്കൊണ്ട് നാണി സ്വന്തം വ്യക്തിത്വം സ്ഥാപിക്കുന്ന കാഴ്ചയാണ് പിന്നീട് നാം കാണുന്നത്. മുത്തശ്ശിയെ തന്റെ വരുതിയിൽ കൊണ്ടുവരുന്നതിന് ആയുധമല്ല, കായികശക്തിയല്ല, മറിച്ച് ആശയമാണ് നാണി പ്രയോഗിച്ചത്. പ്രതീകാത്മകതയുടെ അനുപമമായ ആവിഷ്കാരം!

ഇനി *മുത്തശ്ശി*യിലേക്ക് ഒന്ന് തിരിഞ്ഞു നോക്കാം. അസ്തമിക്കാൻ സമയമായ പിന്തിരിപ്പൻ ശക്തിയാണ് മുത്തശ്ശി. അവരുടെ കടുംപിടിത്തങ്ങൾ ബഹുഭൂരിപക്ഷത്തെ ശ്വാസംമുട്ടിക്കുകയാണ്. അതിനെ നശിപ്പിക്കുക എന്നത് പ്രാവർത്തികമല്ല. പുതിയ ഒഴുക്കിനൊത്ത് ചേർന്നുപോകാൻ ആ ശക്തിപ്രവാഹത്തെ പ്രേരിപ്പിക്കുകയാണ് ഉത്തമമായ മാർഗം. മുത്തശ്ശി പ്രശാന്തമായ കാലത്തെ സ്വാഗതം ചെയ്യുന്നു. പ്രതീക്ഷയുടെ പിറവിക്കായി അവർ പ്രാർഥനയോടെ കാത്തിരിക്കുന്നു.

നാണിയുടെ ഗർഭത്തിൽ വളരുന്ന കുഞ്ഞ് പുതിയ പ്രതീക്ഷകളുടെ

സിമ്പലാണ്. ആ യുഗപ്പിറവിക്കായി മുത്തശ്ശി കാതോർത്തിരിക്കുമ്പോൾ വീണ്ടും സ്ത്രീ പ്രാപഞ്ചിക സത്യങ്ങളുടെ കാമ്പും കരുത്തുമാണെന്ന് തെളിയിക്കുകയാണ്. ശങ്കരന് ജന്മംകൊടുത്ത ഗർഭപാത്രം മഹനീയമാകുന്ന കാഴ്ച.

ഒരു യുഗസൃഷ്ടിയുടെ ആരംഭമായിരുന്നു ആ ജന്മം. മുത്തശ്ശിയുടെയും തൊഴിലാളിവർഗത്തിന്റെയും അടിച്ചമർത്തപ്പെട്ട സമൂഹത്തിന്റെയും പ്രതീക്ഷയാണ്. കമ്യൂണിസത്തിന്റെ വരവിനെയാണ് ഇവിടെ പ്രതീകാത്മകമായി സൂചിപ്പിക്കുന്നത്.

നോവലിൽനിന്നുള്ള വ്യതിയാനം നാടകത്തിൽ പ്രകടമായി കാണുന്ന ഭാഗമാണിത്. നോവലിൽ കമ്യൂണിസം അന്തർധാരയായി ഒഴുകുമ്പോൾ നാടകത്തിൽ അത് പ്രകടമായി ഇടിമുഴക്കമായി പരിണമിക്കുന്നു. നോവലിലെ പ്രധാന ജീവിതധാര കടന്നുപോകുന്നത് അധ്യാപന സമൂഹത്തിലൂടെയാണ്. അന്നത്തെ സ്കൂൾ മാനേജ്മെന്റിലെ അരാഷ്ട്രീയതയും അരാജകത്വവും കൊള്ളയും അനീതിയുമൊക്കെ ചിത്രീകരിക്കുന്നതിലാണ് നോവലിസ്റ്റ് ഏറ്റവും കൂടുതൽ ശ്രദ്ധിച്ചിട്ടുള്ളത്. നോവലിസ്റ്റ് അധ്യാപകനായിരുന്നു എന്നതുകൊണ്ട് സ്വന്തം ജീവിതാനുഭവത്തിന്റെ അംശങ്ങൾ കൂടുതൽ കടന്നുവന്നത്. നാടകത്തിലേക്കു മാറിയപ്പോൾ ഇവിടെ ഒരു ആറ്റിക്കുറുക്കൽ നടത്തിയിട്ടുണ്ട്. അധ്യാപക സമൂഹത്തെ പൊതുധാരയായി മാറ്റിയെടുത്തുകൊണ്ട് ഒരു അഴിച്ചുപണി.

എന്നാൽ നാടകകൃത്തു നോവലിനെ കടത്തിവെട്ടിയ ചില സംഗതികൾകൂടെ എടുത്തുപറയേണ്ടതായുണ്ട്. ലോക്കപ്പു മർദനംപോലുള്ള രംഗങ്ങൾ ഉജ്വലമായി ആവിഷ്കരിക്കാൻ കഴിഞ്ഞു. സിനിമയുടെ സാംവേദനാക്ഷമതയുമായി തട്ടിച്ചുനോക്കുമ്പോൾ നാടകത്തിന് ഒരുപാട് പരിമിതികളുണ്ടെങ്കിലും അതിനെയൊക്കെ മറികടന്നുകൊണ്ട് അത്യന്തം സ്വാഭാവികതയോടെ ആ രംഗങ്ങൾ രംഗത്തെത്തിച്ചിട്ടുണ്ട്. കഥാപാത്രസൃഷ്ടിയുടെ കാര്യത്തിലും അങ്ങേയറ്റം മികവുപുലർത്തി. നാണിയിലൂടെ സ്ത്രീയുടെ സ്വത്വത്തിന് പുതിയ മാനം നൽകിയ ചെറുകാടിനെ അതേപടി അനുകരിച്ചുകൊണ്ട് നാണിയിലൂടെ സ്ത്രീശക്തിയുടെ എല്ലാ ഭാവങ്ങളും സൃഷ്ടിക്കാൻ ശ്രീ. പിരപ്പൻകോട് മുരളി ശ്രദ്ധിച്ചിട്ടുണ്ട്.

മുത്തശ്ശി ചെങ്കൊടിയേന്തുകയും മുഷ്ടിചുരുട്ടി മുദ്രാവാക്യം വിളിക്കുകയും ചെയ്യുന്ന പരിവർത്തനത്തിന്റെ ഗതിവിഗതികളാണ് നോവലിന്റെ ക്ലൈമാക്സ്. നാണി പ്രസവിക്കുന്ന ശങ്കരന്റെ ജനനവും പ്രതീകാത്മകമായാണ് അവസാനഭാഗത്ത് കൊണ്ടുവരുന്നത്. പുതിയ ലോകത്തിന്റെ പുതിയ പ്രതീക്ഷകളുടെ ലോകം സൃഷ്ടിക്കപ്പെടുന്നതിന്റെ സൂചന. 'മുത്തശ്ശി'യിൽ അധികമാരും കണ്ടെത്തിയിട്ടില്ലാത്ത കമ്യൂണിസ്റ്റ് നിറത്തെ നാടകം കുറേക്കൂടി കടുപ്പിക്കുന്നുണ്ട്. വേദി ചെന്നിറം പൂണ്ട് വിപ്ലവഗാനങ്ങളുടെ ഈരടികൾകൊണ്ട് പ്രക്ഷുബ്ധമാവുകയും ചെയ്യുന്ന

തോടെ തിരശ്ശീല വീഴുന്നു.

ചരിത്രത്തിന്റെയും സാമൂഹ്യജീവിതത്തിന്റെയും വർഗസമരത്തിന്റെയും കമ്യൂണിസത്തിന്റെയും തുടിപ്പുകൾ നിറഞ്ഞുനിൽക്കുന്ന *മുത്തശ്ശി*ക്ക് രംഗഭാഷ്യം കൈവന്നത് എന്തുകൊണ്ടും ഭാഗ്യമാണ്. 1942ൽ പ്രൊഫ. എൻ കൃഷ്ണപിള്ള *ഭഗ്നഭവന*ത്തിലൂടെ മലയാളത്തിലേക്ക് ഇബ്സനിസ്റ്റു സങ്കേതം കടത്തിക്കൊണ്ടു വന്നശേഷം നാടകവേദിക്കുണ്ടായ വികാസപരിണാമങ്ങൾക്കിടയിൽ ഒരു നാഴികക്കല്ലായി പിരപ്പൻകോട് മുരളിയുടെ *മുത്തശ്ശി* പ്രതിഷ്ഠിക്കപ്പെട്ടിരിക്കുകയാണ്.

www.ingramcontent.com/pod-product-compliance
Lightning Source LLC
LaVergne TN
LVHW040820051026
849519LV00007BA/2687
9789382167600